முகவரி தேடி

இ.பெலிக்ஸ் சேவியர்

aelay
publish

aelay
publish

முகவரி தேடி
கவிதை
ஆசிரியர்: இ.பெலிக்ஸ் சேவியர் 2023 ©
முதல் புத்தகம்: **கலைந்த கனாக்கள்**
எண்.5, சவேரியார் பாளையம்
கள்ளக்குறிச்சி - 605702
தொடர்புக்கு: +91 9047317272
முதல் பதிப்பு: பிப்ரவரி 2023

Mugavari thedi
Poetry

Youtube ,Instagram, Facebook : @ilayavanin kavi
Mail id : felixxavier999@gmail.com
Phone num: 9047317272
First Edition : February 2023
Pages: 150 Price : ₹ 200
ISBN : 978-93-5533-528-9
Aelay Publish
Contact : +91 9944992571
Designed by : Aelay publish team

நன்றிகள்

முனைவர். T. **சத்திநாதன் ச.ச** *(பொருளாளர்)*
(தூய நெஞ்சகக் கல்லூரி, திருப்பத்தூர்)
முனைவர் **சி.பாலசுப்பிரமணியன்** *(தமிழ்த்துறைத் தலைவர், தூயநெஞ்சகக் கல்லூரி, திருப்பத்தூர்)*
நண்பர் கவிஞர் **மா.ஜோயல் அந்தோணி**
நண்பர் கவிஞர் **பி.ரெக்சலின்ராஜா**
நண்பர் கவிஞர் **நவீன்மூர்த்தி பாலசண்முகம்**
நண்பன் **பாக்கியராஜ் (லொயோலா கல்லூரி)**
தோழி **ஜெருஷா**

நட்பு

அரவிந்த், அமுதன், காவியா, சபரி, சூர்யா, ஈஸ்வர், பூபதி, கஜேந்திரன், பாண்டியன், கோவிந்த்

சமர்ப்பணம்

பந்தல் எங்கும் படரும்
முல்லைக் கொடி
உன் முத்து முத்தான சிரிப்பு
வெள்ளைக் கொடி
அதனாலே மன மகிழ்சியில் செழிக்கிறது
நம் வீட்டின் ஒற்றை வாசப்படி
புடிப்புடி என்று உன் பாட்டி
வா வா என்று உன் தாத்தா
நயம்படி நான்
நீ ஒட்டிக் கொள்ள உன் அம்மா
உன்னை தட்டிக் கொடுக்கும் உன் அப்பா,
ஜோஷன் உனக்கே இது
இப்போது அழுது புரண்டு நீ ஓடுகிறாய்
அடம் பிடித்து நீ சாதிக்கிறாய்
நான் அதட்டினாலும்
இதைதான் உன் வாழ்க்கையில் காண
விரும்புகிறேன்
வயதோ ஐந்து
யாருக்காகவும் போகாதே வருங்காலத்தில்
வளைந்து
எனக்கு யாரும் அறியா தனிமை உண்டு
உன் புன்னகைக்கு எதையும் தணிக்கும்
வலிமை உண்டு
ஜோஷன் புரியும் போது புரட்டு
உனக்கே சமர்ப்பணம் இந்நூல் திரட்டு

வாழ்த்துரை

மொழியோடு வாழ்வதென்பதும் கவிதைகளோடு வாழ்வதென்பதும் வேறு வேறல்ல. கவிஞர் பெலிக்ஸ் கவிதைகளோடும் கவிதை சார் அனுபவங்களோடும் வாழ்பவர். அவர் படித்தது கணிதத்துறையாக இருந்தாலும் அவர் இயங்குவது தமிழோடுதான். ஆரம்பத்தில் காதல் கவிதைகளுடன் தொடங்கும் படைப்பாளிகள் சமுதாயச் சிந்தனைகளுடன் ஒன்றறக் கலந்துவிடுவதையும் பார்க்கிறோம். அந்த மரபில் உதித்தவர் கவிஞர் பெலிக்ஸ். அவரது படைப்பாளுமையும் கவித்துவ ஆளுமையும் கூர்ந்து கவனிக்கத்தக்கது. கலை என்பது மனித வாழ்வைச் செழிக்கச் செய்வதாகும். அந்தப் பணியைக் கவிதைக் கலையின் வாயிலாக, எழுதிச் செல்கிறார் பெலிக்ஸ். தொடர்ந்து அவரது கவிதைகளை அவதானித்து வருகிறேன். ஒரு கவிதை நூலுக்கும் இன்னொரு நூலுக்குமான இடைவெளி, சொற்புதுமை, மொழி ஆளுகை, அனுபவத்தைச் சொல்கிற விதம், தேர்ந்தெடுக்கும் பாடுபொருள் மாறிக்கொண்டே வருவதன் வழி அவரது எழுத்தாற்றலை உணர முடிகிறது. இவர் தொடர்ந்து வாசிக்க வேண்டும். எழுத வேண்டும் என விரும்புகிறேன். வாசிப்பும் எழுத்தும் ஒரு படைப்பாளியை மென்மேலும் மெருகேற்றும். கவிஞர் பெலிக்ஸ் கவிதை நூல்களை எழுதுவது மட்டுமல்லாது கதை, கட்டுரை எனப் பல்வேறு வடிவங்களில் எழுத முயற்சிக்க வேண்டும் என வாழ்த்தி அகமகிழ்கிறேன்.

முனைவர் பி. பாலசுப்பிரமணியன்
திருப்பத்தூர்

அணிந்துரை

கவிஞர் எடுத்தாளுகின்ற வரிகள் அனைத்தும் அனைவரின் மனதையும் பட்டைத் தீட்டும் வைர வரிகளாக மின்னுகின்றன. செவிகளுக்கு ரசிப்புத் தன்மையோடு இருப்பது மட்டுமல்லாமல் கவிஞர் இ.பெலிக்ஸ் அவர்களின் சிந்தனை வரிகள் சமூகத்தினை தட்டி எழுப்பி எழுச்சிப் பெற செய்கிறது. ஒவ்வொரு கவிதையும் மண்ணில் விழுந்த விதை போல் எழுந்து விருட்சமாய் படர துடிப்பது போல் கவிஞரின் கவிதையும் துள்ளல் நடையாக செல்கிறது. கவிதையின் மொழி நடைகள் எதார்த்தமாக இருந்தாலும் தமிழ் கூறும் நல்லுலகத்திற்குத் தேவையான ஒன்றாக உள்ளது. கவிதையின் தலைப்புகள் அனைத்தும் முல்லை மொட்டுகளாக படர்ந்து வாசம் வீசுகின்றன. வாழ்க்கை விடியலுக்கான உரமாக ஊட்டுகிறது. முற்போக்கு சிந்தனைகள் அவ்வப்போது கிளர்த்தெழுகிறது. விளிம்பு நிலை மக்களின் வலிகளை அச்சு வார்ப்புகளாய், கவிதையின் முடிவில்லாத் தொப்புள் கொடியாய் படர்ந்துள்ளது . சமூகம், காதல், அரசியல், பொது நலன், சமத்துவம், எதார்த்த போக்கினை தொடர்ச்சியாக மக்களின் பிம்பமாக பிரதிபளித்துள்ளார்.

> **“உழைப்பிலாப் பணம் ஒரு போதும் நிலைக்காதே**
> **எதன் மீதும் வீண் பந்தயம் கட்டாதே**
> **ஏமாற்றுவார் இவ்வுலகில் பலருண்டு”**

உழைப்பினால் மட்டுமே உச்சத்தை தொட முடியும், எல்லாம் எல்லா நேரங்களிலும் அதிர்ஷ்டமாக கிடைத்துவிடாது என்பதை உணர்த்தியுளார்.

“ஆங்கிலத்தில் பேசுவது அசத்தல் எனவும்
தமிழில் பேசுவது பண்பற்றது எனவும்
கருதும் கழுதைகளுக்குத் தெரிதில்லை”

எனும் வரிகளால் தமிழ் மொழியானது கவிதைக்கான அரியாசனம் பல்லாயிரங்காலத்துப் பாரம்பரியதின் சரிதம் என்பதனை உணர்த்துகிறார்.

காற்று படராத மரங்களும் இல்லை
காதலை தொடாத உயிர்களும் இல்லை
என்பதனை உணர்த்தும் நோக்கில்

“நீ மாடி ஜாடி ரோஜாவா
என் மனம் தேடி ஓடி வா
வீட்டில் அடைபட்டு கிடக்கும் நீ கூட்டுக்கிளியா
என் மனக் காட்டில் இருக்கிறாய் நீங்கா வலியா”

எனும் காதல் கவிதை மொழியால் உச்சத்தை தொட்டு எழுதியுள்ளார்.
புதியதோர் உலகம் படைப்போம் என்றான் பாரதி,

ஆண்ட்ராய்டு ஏந்தும் பெண்களே,
அரிவாள் ஏந்துங்கள் சபியா போல்
இனி எதுவும் நிகழாமலிருக்க

என்னும் வரிகளால் பெண்ணிய கருத்துகளை விதைத்ததோடு மட்டுமில்லாமல் எழுச்சியுற்றப் பெண்களாக இன்றைய தலைமுறைப் பெண்கள் திகழ வேண்டும் என்பதனை கவிஞர் உணர்த்துகிறார். கவிஞரின் சுயநலமற்றக் கவிதை எழுத்துக்களே அதிக அளவில் காணப்படுகின்றன . சமூக நீட்சியைச் புரட்டிப் போடும் மகத்துவமான கவிதைகளாக வலம் வந்துள்ளது.

அரசியல் பார்வையோடு சமூக சிக்கல்களை தோலுரித்துக் காட்டியுள்ளார். ஒவ்வொரு கவிதை வரிகளும் வெற்றியின் படிகளாக உள்ளது. ஆணாதிக்க சமூக போக்கு, வெகுசன உரையாடல், வாழ்வியல் நடை ஆகியவற்றை கவிஞர் இயற்றியுள்ளார்.

முனைவர். T. சத்திநாதன் ச.ச(பொருளாளர்)

தூய நெஞ்சக் கல்லூரி

திருப்பத்தூர்

வாழ்த்துரை

என்னை தொடும் உன் விழிகளுக்கு, Hi....அவள், பக்கத்து வீடு. என் இதயத்தை இயக்குபவள். உலகில் அவள் முதல் எதிரி நான் தான். திடீரென பக்கத்து ஊரில் அவள் பட்டா போட்டாள், அந்த பட்ட கத்தி கண்காரி. அவள் உபயோகித்த தேவையற்ற பொருள்கள் என்னோடு என் வீட்டு அறையில் ரகசியமாய், ஆண்டுகள் கடந்தது ஒரு நாள் மாலை மயக்கும் பொழுது பக்ககத்து ஊர் சந்தை, எரும்புக்கால் பரபரப்புடன் மனிதன். அங்கே தடுமாறி தண்டவாளத்தில் விழுந்தவனுக்கு மறுநொடியே பிரேக் அடித்த ரயிலைப் போல் அவளும் நானும். என் சுவாச காற்றை அவளும், அவள்சுவாசக் காற்றை நானும் மோதிக் கொண்போம் சிரித்தாள், படபடத்தாள், இதயத்தில்கை வைத்தபடி கடந்து சென்றாள். சிலர்த்தேன், மீள முடியாமல் செத்துப்போய் கடந்துப்போனேன். காதலியை மட்டுமல்ல. நல்ல கவிதைகளையும் இந்த உணர்வில் தான் கடக்கிறேன். இந்த தொழில் நுட்ப காலத்தில் விரும்பிகள் கூட சற்று விலக்கியே வைக்கின்றனர் கவிதை புத்தகத்தை.

திறமை என்பது கை கால்களை போலவோ சிறகுகளை போலவோ தனித்தனியே முளைப்பதில்லை. அது நாம் ஒன்றின் மீது வைத்திருக்கும் எல்லை தாண்டிய ஈடுபாடு. ஒரு செயலில் நாம் அதீத ஈடுபாடும் காதலும் வைக்கும் போது அதில் திறமை இயல்பாகவே வளர்ந்து விடுகிறது.... கவிதை என்றாலே காதலியை விட கல்லூரி தான் முதலில் நினைவில் வருகிறது. பெலிக்ஸ், எம் கல்லூரி தோழன், Junior. இவன் கவிதைகள், ஓடைநீர் ஓசை, கோடை கால வானவில், கார்கால காட்டுத்

தீ, கண் மயக்கும் கனமான போதை. கல்லூரியில், விடுதியில் வரிசையாக நிற்கும் தண்ணீர் குழாய்களின் முதல் குழாயால் எப்பொழுதும் தண்ணீர் சொட்டுவதைப் போலதான், இவன் கவிதைகளும் எப்போதும் ஓயாமல் கசிந்து கொண்டே இருக்கும்...கவிதைகளை வாசிக்கும் போது நான் எம்போதும் இளமையாகவே இருப்பதாய் உணர்கிறேன். தொலை பேசியை போலவே தொலைவில் வைத்த கவிதை புத்தகங்களையும் நீண்ட நேரம் ஏந்துங்கள்.

நன்றி
கவிஞர் **மா. ஜோயல்அந்தோணி**

வாழ்த்துரை

அன்று கலைந்த கனாக்களின் முகவரி தேடிய இன்றைய பயணம் இடையூறின்றி மேன்மை காண இளங்கவி இ.பெலிக்ஸ் சேவியர் அவர்களுக்கு எமது வாழ்த்துகள். இக்கவிதை தொகுப்பினில் எம்மை கவர்ந்த விடயம் யாதெனில், காதலும் தனிமையும் கொண்ட அழகினை சொற்களில் தொடுத்ததே ஆகும். வெற்றிகள் நிலைக்க தன் நிலை அறிதல் அவசியம்.

மதுவென்ன ? மாதுவென்ன?
இரண்டும் இரவின் நிழலே,
மதியுண்டு மனமுண்டு
பகலும் கடந்த போதிலே,
விரைக் கொண்டு வாழ்வறிந்தால்
சிரம் சூடும் வாகையே...

-நவீன்மூர்த்தி

இளையவனின் கவி,

இவன் கவி எங்கும் நிலைத்து நிற்குமேயன்று இளைத்துப் போவதில்லை, எதிர்ப்படும் ஒவ்வொரு நிகழ்வையும் இவன் அணுகும் கோணம் அப்பப்பா அத்துணை ஆச்சரியம். ஆச்சரியங்களின் அணிவகுப்பாய்க் கவிகளை அடுக்கி அழகாய் அமைத்து அள்ளியூட்டியுள்ளான் இந்த 'முகவரி தேடி' எனும் மிகச்சிறந்த கவிதைப் படைப்பை எதுகை, மோனை, முரண், தொடையெனத் தாளந்தட்டி தாலாட்டுகிறான் விரவிப் படைத்த கவிகளின் வழியே, வாய்வழியே சுவை கண்ட நானும், வரிகள் வழியே சுவையூட்டும் வித்தை கண்ட இப்புத்தகத்தின் படைப்பாளன் முன்னுரை கேட்ட பொழுது வியந்தே சிரித்தேன்!, கவியிலே திளைத்தவனின் புத்தகத்திற்கு கத்துக்குட்டி யானா எழுதுவது? அதுசரி, இலக்கியத்தைப் யாரும் பாராட்டலாம் என மனதைச் சரிப்படுத்தி, புகழாரம் சூட்டுகிறேன். ஆங்காங்கே ஆரமாய்ப் பல ஆங்கிலச் சொற்களும் சூட்டி அழகு படைப்பில் இதோ ஒரு 'முகவரி தேடி' பயணம் உங்களோடே! இப்புத்தகத்தின் வழியே நிச்சயமாக ஒவ்வொருவரும் தன் வாழ்வில் ஒரு புது முகவரியை தேடுவர்,. அதற்கு நான் ஒரு எடுத்துக்காட்டு நீவிரும் இப்புத்தகம் கண்டு, வரிகளால் கவரப்பட்டு, வழுக்கி விழுந்து, நீந்திக் கரையேறுங்கள் கவி முத்துகளோடே....

விதையாய் நிங்கள் மனதில் விழும் கவிகள் விருட்சமாய் வளர்ந்து, தத்தம் வாழ்வின் முகவரிகளை அடையட்டும்...

வானம் என்ன அவ்வளவு உயரம்?
வா நண்பா சேர்ந்து அளப்போம்!
உன்னோடு நானும் என்னோடு நீயும்!
நம்மோடு கவியும்! கவிவழி யாவரும்!
நலம் பெற்று வாழ்வோம்!

அன்புடன் அன்பன்
பி.ரெக்சலின் ராஜா

என்னுரை 'முகவரி தேடி'

எல்லாவற்றிற்கும் ஒரு முகவரி தேவைப்படுகிறது பூவுக்கு வாசம் தாய்க்குப் பாசம், ஒவ்வொன்றும் தன்னைத் தானே தகவமைத்துக் கொள்ள முகவரி ஒன்றை வைத்து இருக்கிறது, நானும் என்னை தகவமைத்துக் கொள்ளவே ஒரு முகவரித் தேடுகிறேன், ஆனால் என் தேடல் மட்டும் ஓய்வதில்லை, நான் தேடிய அன்பின் முகவரி ஒரு மாற்று முகவரி தந்து சென்றது, மாற்று முகவரி தேடியே பயணம் செய்கிறேன், அந்த மாற்று முகவரியான தமிழ், எனக்கு அதீத தேடலின் முகவரியை தந்திருக்கிறது.

'ஒரு நாளும் **தேடாத முகவரியும்** உண்டு,
ஒவ்வொரு நாளும் **தேடும் முகவரியும்** உண்டு'

ஆனால் எங்கோ ஒரு முகவரியில் சிக்கிக்கொண்டு ஏதோ ஒரு முகவரியை தேடி அலைகிறோம், நான் இந்த புத்தகத்தை என் முகவரியை தேடிய பயணத்தில் எழுதியது, இனி அதற்கான முகவரியை அதுவே தேடி பயணிக்கட்டும்.

நான் தேடிய முகவரி சிலருக்குக் கிடைத்ததுண்டு ஆனால் அதை, அவர்கள் கிழித்து எறிந்ததைப் பார்த்திருக்கிறேன், உண்மையாகவே அது கிடைக்காதவர்களுக்குதான் அதன் மதிப்பு புரிகிறது, ஒருவேளை எனக்கு அந்த முகவரி கிடைத்திருந்தால் அப்படி ஒன்றும் கிழித்து எறிந்திருக்கமாட்டேன்

இந்த முகவரி தேடியப் பயணத்தில் எனக்கு வழிகாட்டியாக வந்த எல்லோருக்கும் என் நன்றியை தெரிவிக்கிறேன்

பிழைகளுக்கு வேண்டாம் கேலி
கேலிக்கை அடுத்தவருக்கு வலி
அதற்குத் திருத்தம் ஒரு வழி
இதற்கு வேண்டாம் வீண் பழி

பிழைகள் கண்ட தெளிவு
கேலிக்கை தந்த வலிமை
ஏமாற்றம் தந்த மாற்றம்

இவன் யார் என்று கேட்டால்
பின் வரும் பதில்களில் இருக்கிறது
நாடோடிகளின் முகவரி

-இளையவனின் கவி

அம்மா

ஆதி நீ - என்
ஆதி நீ
என்பாதை நீ – இதுவரை
அதில் வழித்துணையும் நீ
ஓய்வில்லாதது உன் உலகம்
அது என் உயர்வையே சிந்திக்கும் தனி உலகம்
காடு மேடுகளில் முள்தைத்த உன் பாதங்கள் –
எல்லாம்
நான் அரியணையேற நீ செய்யும் தியாகங்கள்
ஒரு வேலைக்குப் போ என்று ஓயாத உன் ஓலம்
நிச்சயம் நினைத்ததை சாதிக்காமல் முடியாது என் காலம்
உனக்கொரு கல்யாணம் பன்னா எனக்கொரு நிம்மதி
பாதைமாறாமல் ஏறிப்போகச் சிலகாலமாகும்
அதுவரை நீ தாமதி
பரந்து விரிந்த உலகிற்கும் உண்டு எல்லை
என் மீது நீ கொண்ட அன்பிற்கு இல்லை ஓர் எல்லை –
அம்மா

அப்பா

காட்சிக்கு கானல் நீர்
உண்மையில் ஆற்று நீர்
அன்பும் கவலையும் தேக்கி வைக்கப்பட்ட
அணைக்கட்டு

அரசியல்,சமூகம்

1. பொதுநலப் பெயரில் சுயநலவாதிகள்

மேடை இறங்கியவுடன்
ஜாடை மாறும்
நலத்திட்டம் எல்லாம்
சுயநலப்படும்

2. திட்டம் அடிக்கவா...? அழிக்கவா...?

கொடி உயரும் வரைதான்
கொள்கை தேவை
செய்தேன் என்பவை எல்லாம்
விளம்பரம் மட்டுமே
வளர்ச்சி என்பதெல்லாம்
முதலில்லா பறிமுதல்
திட்டம் என்பதெல்லாம்
மாட்டிக் கொள்ளாமல் எப்படி அடிப்பது

3.

அதிகாரம் விரித்த வேட்டியில்தான்
செய்திகள் மக்களுக்குக்
காட்சித் திரையாகிறது

4.

தொலைத்து விட்டோமே எனத்
தேடித் தேடித் தொலைந்து
போகிறது நிம்மதி

5.

திறந்தால் திருவிழாதான்
கூட்டம் அலைமோதியது
மதுபானக்கடை....

6. உழைப்பை நம்பு

உனக்கும் எனக்கும் பசிக்குமடா
உண்டியலில் காசு விழுந்தாலும் தீராதடா
சாதி பேர நீ கூவாதடா
மனிதனைக் கூறு போடும் ஆயுதமா ஆவதடா,
நல்ல நேரம் பார்த்து நகராதடா
உழைப்பை நம்பி நீ முன்னேறடா
சமத்துவம் நீயும் பேசடா
சரிசமமாக யாரையும் பாரடா

7.

பணத்திற்காகப் பீ தின்னும் கூட்டம்
அதனால் அழியும் அடுத்தவர் வாழ்க்கையை
ஒரு போதும் நினைவில் கொள்ளாது

8. எதுதான் ஒழுங்கு

களவாடியவர்களைக் காப்பாற்றத்தான்
கட்சிகளை நடத்துகிறார்களா
மேல்மட்ட அரசியல் கண்துடைப்போ,
அடிமட்ட அரசியல்
பாதாளச் சாக்கடையாக ஓடுகிறது

தேர்தலில் நிற்கத் துப்பு இல்லாதவர்கள்
கட்சி பெயர் கொண்டு கலவரம் செய்கிறார்கள்
ஆளும் அரசோ ஆண்ட அரசோ
எதுதான் ஒழுங்கு

9. அவரோடப் போச்சு மண்ணுக்குள்ள

போடுங்கப் பச்சை கல்லு மோதிரம்
இனிவாழ்க்கை உங்களுக்கு மாறிடும்
பன்னுங்க பரிகாரம்
விட்டுப்போகும் குளிர்சொரம்
வச்சுட்டாங்க சூனியம்
அதனால் உங்களுக்குக் கிடைக்கல மானியம்
மூனுமுறை சுத்திவா
நினைச்சது கை கூடிவரும்
எங்கடா உங்க பகுத்தறிவு
எல்லாம் அவரோடப் போச்சு மண்ணுக்குள்ள

10. அரசியல் களம் எது..? மது..?

களம் காணும் போது
பலம் சேர்
போர்க்களம் வரினும்
பயந்து ஒதுங்காதே
மது குடிக்கும் கூட்டம் இங்கு
உருவாகவில்லை உருவாக்கப்படுகிறார்கள்
மது என்பதே அரசியல் களம் என்றால்
நாளை சாக்கடையும் புனித நீராகும்

11. மனம் சேரா மணம் பிணம்

பெண் தாலியைச் சுமப்பதுபோல
மெட்டிப் போடுவது போல
ஏன் ஆணுக்கு எந்த அடையாளமும் இல்லை
திருமணம் ஆணாதிக்க கட்டமைப்பா

மனம் சேராமல்
அடையாளம் மட்டுமே
திருமணம் என்றால்
அடையாள சின்னத்தைத் தூக்கி வீசவேண்டாமா,
ஆணுக்கும்
திருமண அடையாளங்களை உருவாக்க வேண்டாமா
மனம் சேரா மணம் பிணம் உணர வேண்டாமா

12. ஸ்ரீமதி

வன்முறை தீர்வைத் தந்துவிடாது...
இழப்பை மட்டுமே தரும்...
ஆனால் இங்கு வன்முறை,
கிடைக்காத பதிலைத் தேடித்திரிந்தக்
கிளர்ச்சியாளர்களாள் உருவானது...
பதிலைத் தாமதமாக்கியவர்களே வன்முறையைத்
தூண்டியவர்கள்
இது தனிமனிதப் பிரச்சினை அல்ல..
சமூகப் பிரச்சனை ...
சமூகமாக முடிக்க நினைக்காமல் சுறுசுறுப்பாக
முடிக்கவேண்டும்...
காவலுக்கும் கிளர்ச்சிக்கும் தேவை உண்மை...
தாமதமே போராட்டத்திற்குத் தலைமை
போராட்டக் களத்தில் சில எச்சைகள் இருந்தது உண்மை
அவர்கள் மனிதத் தன்மையற்ற மிருகத் தன்மை,

அரசு
நம்பிக்கைவை...
நம்பிக்கைவை...
என்கிறார்கள்
வைத்த நம்பிக்கை சாகும் தருவாயில் தான்
தன்னம்பிக்கையே பிறக்கிறது...
நம்பிக்கைவை என்று கெஞ்சல்களில், உருவாகாது
நம்பிக்கை...
செயல்பாடுகளில் தான் நம்பிக்கை உருவாக்கப்படும்

13. பிரிவினை வாதி

கடவுள் என்பவன் ஒரு பிரிவினை வாதி
எக்கடவுளும் பின்பற்றுவதில்லை ஒரு சமத்துவ நீதி
தன்னைத்தானே உயர்த்த நினைக்கும்
மனித குலத்தில்
அவனும் அவனை உயர்த்திக் கொள்கிறான்

14.

அமைச்சரின் கூற்று:
ஆசிரியரை மனரீதியாகத் துன்புறுத்தும்
ஒழுக்க கேடு செயல்களில் ஈடுபடும் மாணவரை
Tc யில் குற்றத்தைக் குறிப்பிட்டு ஒழுங்கின நடவடிக்கை
எடுக்கப்படும்
அமைச்சரே:
கல்விமுறை என்பது எதற்கு
வெற்று வேலை வாய்ப்புக்காகனச் செயல் அல்ல
சீர்திருத்தங்கள் நிகழ்த்துவதற்கே கல்வி
இளம் வயதில் திருத்தாமல்
உங்கள் கூறுகெட்ட குற்றப் பழியைச் சுமத்தினால்
நல் சமூகம் எப்படி உருவாகும்
சிறைச்சாலை ஒழிய வேண்டுமென்றால்
கல்விசாலை வேண்டும் முன்னோர் கூற்று
கல்விச் சாலையைத் திருத்தாமல் குற்றம் சுமத்தினால்
முற்போக்கு என்று பிற்போக்குச் சிந்தனை வேண்டாம்

15. ஜிப்மரில் இந்தி

இந்தியாவை இந்திதான் ஆளவேண்டுமென
நினைத்தால்
எந்நாளும் அதனால் பிரிவினைதான் மூளும் மூதியே
மதிகெட்ட மத்தியே எங்க போகுது புத்தியே
என்ன வளர்ச்சி இதுவரை தந்து கிழித்தியே
இணைப்பு மொழி வேண்டும் என்றால்
இந்தியை மட்டுமே ஏந்தி நிக்காதே
இந்தியாவில் இல்லாத மொழிகள் இல்லை
இந்தியா மொழிகளின் காட்சிச்சாலை
ஹிந்தி- ***இந்தியாவா

16.

அதிகாரம் ஆட்டம் போட்டால்
அடிபட்டு விழுவான்
அதிகாரம் இருக்கும் போது
சர்வாதிகாரம் கையில் வந்தால்
அடக்க நினைத்து அடாவடி செய்தால்
உங்கள் அடாவடிக்கு அடிதடி முடிவாகிறது

17.

மலம் உண்ணும் மனிதர்கள்
குலம் எண்ணும் பெயரில் - செய்யும்
கொலைகள் பல

18. சுயமரியாதை

முதலாளித்துவம் ஒழியும் வரை
சமத்துவம் மலராது
அடிமைத்தனம் ஒழியாது

வேலைக்கு ஏற்ற கூலி தருகிறார்
பின் ஏன்
என் சுயமரியாதையைப் பிடுங்கித் தின்கிறாய்
நக்கித் தின்னும் நாயென நினைத்தால்
கடித்துக் குதறாமல் விடுவேனா

19. சாணக்கிய தனத்திற்கு சாட்டைகள் வேண்டாம்

இழுத்துக் கட்டிய நூலாக இருக்காதே
ஊசிக்குள் நுழையும் நூலாக இரு
ஓட்டைகளை தைத்து விடலாம்,
சாட்டைகளை எடுத்தால்தான்,
மாற்றங்கள்
என நினைத்தால்
பிடித்த கைகளும் பின்வாங்கும்
அதற்கான நிலை இல்லா பட்சத்தில்
உன்னிலை தரம் தாழும்
முதலில் நீ நிலை, பின் எடு நீ களை...

20. ஆயுத போராளி

நம் வாழ்வாதாரத்தை அழிக்க நினைப்பவனை
எதிர்த்துப் போரிடும் போது
விழும் நேரம் வந்தால்
எழும் ஆவேசம்,
நம் கழுத்தைப் பிடித்தவன் கழுத்தை
என் செய்வது என்பதை விட
எது வேண்டுமானாலும் செய்துவிடலாம்,
மரணமும் அஞ்சும் வெறி
ஒருவன் மரணத்தைத் தீர்மானிக்கும்
அதிகாரம் ஆள்பலம்
ஆயுதம்
இவர்கள் முன் சத்தம் போடவே தயங்கும் போது
சட்டத்தோடு சண்டை போடுவதா,
காவல் காக்கத் தவறும் போதுதான்
காத்துக் கொள்ள உருவாகிறான்
ஓர் ஆயுத போராளி

21. தேர்தல்களம்

நினைத்தவர்கள் ஏமாற்றுவார்கள்
நினைக்காதவை அனைத்தும் நடக்கும்
கடைசி நொடியும் கதை மாறும்
பொய் வேஷம் ஓடி ஒளியும்

22. அட்டூழியம்

அரசியல் என்றாலே வேசமா
அதிகாரம் போகுதே மோசமா
பாமரன் வாழ்க்கை நாசமா
இன்னும் எதுக்குப் பாக்குற ஜோசியம்மா
பணபலம் இருந்தாதானே வரும் ராசியம்மா
காண்பதெல்லாம் பொய் காட்சியம்மா
நிஜம் கூடப் பொய்யாக நடக்கும் சூட்சமம்மா
அதுக்கு இருக்கு சாட்சியம்மா
என்ன சொல்லடி பேச்சியம்மா
படிப்பு எங்க போச்சியம்மா
கத்தி புடிச்சவன் கட்டுறான் அடுக்கு மாடியம்மா
அவன எதிர்த்துத்தானே கோசம் போட
நினைச்சாலே
ஆத்தோரம் படையல் போடுறானுவ,
தொடருதே அட்டூழியம்

23.

தீயவன் பக்கம் நிற்கும் நல்லவனும் தீயவனே
காரியத்துக்காகக் கை கோர்த்தாலும்
மீள நினைக்கும் போதுதான் தெரியும்
ஆதிக்கவாதிகளின் அட்டூழியம்

காதல்

1. நினைவில் நீந்தும்

கருவில் சுமக்கும் தாய்போல் நினைவில் சுமக்கிறேன்
நீ அற்று
என் நிகழ்காலம் நகருமோ
நடந்து சென்ற பாதை எங்கும்
நினைவில் நீந்திச் செல்கிறேன்
மீண்டுவர வழியேதுமின்றித் தத்தளிப்பு செய்கிறேன்
நிகழ்காலத்திலும் உன் நினைவு
இறந்தகாலத்திலும் உன்னோடு பல கனவு
இரண்டும் என்று ஒன்றுபடும்
இல்லையெனில்
என் எதிர்காலம்
என்ன பாடுபடும்

கைமாறிப் போகும் காலம் வந்தால்
கைகோர்த்துப் போன காலங்கள் எங்கே
இறந்த காலமே இனிமையாக
எதிர்காலம் தேவையா
நீ அற்ற நிகழ்காலம்
நான் அனுபவிக்கும் கொடுமையுள் கொடுமையா... ?

2. மனுவை ஒரு முறை பார்

உன் இளகிய மனதில்
இடமொன்று தா
நான் இளைப்பாறிட
அனுதாபங்கள் அகற்றி
மனுதாக்கல் செய்திருக்கும்
என் காதலைப் பரீசீலனை செய்

உயிரற்று திரியும் என் கவி வரிகளை
உயிர்பெறச் செய்
என்னில் இருந்து
உன்னில் வந்த பின்னேதான்
என் கவி வரிகளும்
உருப்பெற்று உயிர் பெறுமாம்

3. உன் பெயர் என்ன..?

உன்னோடு உறவாட
எண்ணமெல்லாம் உன்னோடே உறங்கிட
கனவெல்லாம் நீ என்றே நின்றிட
விழியும் மொழியும் உனக்காகவே
என்னோடு போராட
உரையாடல் இனியாவது தொடங்குமா
உன் பெயர் என்ன..?

4. முதிர்ச்சி

காதல் முதல் என்றால்
முதல் காதல் மோதல் என்றால்
விட்டு விடுமா அல்ல தொட்டு விடுமா
சுட்டு விட்டப் பின்னே
கெட்டு விட்ட மனம்
தெளிவு பெற்று விட்டால்
இங்கு எதுவும் கெட்டு விடுவதில்லை,
முதிர்ச்சி காதல் முளைத்து விட்டால்
வளர்ச்சி
வாழ்வில் வந்து நிற்கும்

5. வாழ்த்திச் செல்

ஊர் வாழ்த்தி ஊர்வலம் போகும்
இன்பத்தினுள் என் துன்பம் ஒளியும்
இயன்றளவு என் மனமும் கலையும்
கலைந்த மனமும் கவிதை புனையும்
கவிதைக்குள் உன் நிழலும் மறையும்
என் கவிதை, எழுதும் பிழையும்
என் பிழையே முழுவதும் நிறையும்
பிழையால் இழந்த உனையும்
எப்படி மீட்பேன் இனியும்

6. இச்சை அல்லவே காதல்

எச்சை என்று இகழ்வோனே
இச்சை அற்ற வாழ்வா வாழ்கிறாய்
கொச்சை சொல்லும் சொல்ல
இச்சை அல்லவே காதல்

அவனவன் அந்தரங்கம் அறியா வரை
அவனவன் சூடுவான் உத்தம கோலம்
உத்தம கோலம் உடைபட்டால்
சூடுபட்டப் பூனையாய் ஓடும் அவனது காலம்

இல்லை எனினும் தொல்லை செய்யும்
இழிபிறவியாக மண்ணில் இருக்காதே
உதிரும் பூவும் வாசம் வீசும் மறக்காதே
அழுக்கு உடைய மனதில் கவியும் பிறக்காதே
அன்பில் உருவானதெனில் மகிழ்ச்சியில் மகிழ்ச்சியே
பிறக்கும்
என்பது எவனுக்கும் புரியாதே...

7.

எங்கெங்கோ மோதி
என்னை மோதும் தென்றலே
என் நினைவுகளில் என்னை நீந்தவிடு
அன்று இருந்தது போல் இன்று இருப்பதில்லை

8. இலட்சியமே எனக்குள் மோதல்

நெற்றியில் வட்ட காந்தமா
இழுக்குதடி உன்கிட்ட வேகமா
சொல்லடி முத்தம்மா
காதலிச்சது குத்தமா

கை மாறிப் போன பின்னும்
கை கோர்க்க நினைக்குமா..?
நினைத்தவை வந்த பின்னே
நீ வந்தால் என்னுள்ளம் ஏற்குமா..?

அலட்சியம் செய்யும் காதல்
இலட்சியமே எனக்குள் மோதல்
தினம் அதில் வாழ்வா சாவா தேடல்

9. அனுமதி பெறுவதில்லை

அனுமதி பெற்றா காதல் வரும்
அத்து மீறியே அது நம்மைச் சேரும்
நீ வேண்டாம் என்றால் விட்டா போகும்
எட்டா தூரம் சென்றாலும்,
எட்டிப்பிடிக்கத் தோணும்

யாரைக் காதலிக்க என்று காதல் வரைமுறையா
வகுக்கும்
வரைமுறை மீறி வந்து சேர்வதே காதல் வழக்கம்

10.பித்துப்பிடித்து

வேண்டும் என்றும் சொல்லத் தோன்றுதே
வேண்டாம் என்றும் நகரத் தோன்றுதே
வீடும் நினைவில் நிற்கிதே
வீம்பும் உனைப் பிடிக்குதே

புரிந்தாலும் புரியாமல் நடக்கத் தோன்றுதே
பிரிய சொன்னாலும் பிரிய மறுக்குதே

என்னிடம் எவளும் நெருங்கத் கூடாது
என அவளுள்ளம் சொல்லி அழுகுதே
என்னைப் பற்றி நன்கு அறிந்தாலும்
எவளோடோ என்னைச் சேர்த்து வைக்குதே

உன்னிடம் எவளும் நெருங்கக் கூடாது
என்னாளும் என்னாலும் உன்னிடம் நெருங்க முடியாது,
வேண்டாம் என்ற பின்னே
பிடித்து இழுக்காதே
யாரோடும் என்னைச் சேர்த்து வைக்காதே

நிமிடமும் மாறிப் போகுது
உன் பேச்சு
இருந்தும் நித்தமும் நிலைத்திருக்கிறது
உன்னால் என் மூச்சு
சொல் என்றாலும்
சொல்லி விட்டாலும் பிரித்தாளுகிறதே
உன் பேச்சு

வேண்டுமா வேண்டாமா
எனச் சொல்லவும் தோணுமா
இன்று வேண்டும் என்பது
நாளை வேண்டாம் என்று மாறுமா

நிலையான பதில் இல்லாமல்
நிலையில்லாமல் தொல்லை செய்யாதே

11. நீதான் வாழப் போகிறாய்

முடிந்தப் பின்னே
முட்டி மோதி
என்ன பயன்
முடிச்சு மூன்று விழும் முன்னே
முடிவை நிதானப் படுத்து
புரிதல் இன்றிப் பிணைந்து விட்டால்
பிணைவும் பிரிவைத் தரும்

12. ஹோட்டல் தேவதை

அவசர நடை
ஓய்வின்றி ஓடுகிறாள்
சந்திக்கும் சந்தர்ப்பம் நேர்ந்தாலும்
சந்திக்கா வண்ணம் நகர்கிறாள்,
வாடிக்கையாளர் வருமிடத்தில்
வாடிக்கைப் பார்வை என்றாலும்,
வாடிக்கை பார்வையில் என்னிடம் சற்று
வேடிக்கை செய்கிறாள்,
நண்பர்கள் மத்தியிலும்
ரகசிய நடை போடுகிறது
அவள் மீது என் பார்வை

13. *Pulsar-penn_aval*

காற்றில் பறக்கும்
காகித மேனியுடையாள்
கருமைக்குப் பெருமை தந்த
தங்க நிறத்துடையாள்
பைக் ஓட்டும் பைங்கிளியாள்
பார்வையில் வாட்டும் எண்ணமுடையாள்
ஆணுக்குச் சரிநிகர் கருத்துடையாள்
ஆள நினைப்பவனை எதிர்க்கும் குணமுடையாள்
அவள்தான் பல்சர் பாவையாள்

14. நினைவு அதில் நீ மட்டுமே

எதற்காகப் பிரிந்தோம், ஏன் பிரிந்தோம்
என்பதில் இருக்கவில்லை எனது எண்ணம்
பிரிவிலே அதிமானதே
உன் மீது எனது காதல்
என்பதல்லவா திண்ணம்

உன் விருப்பம் என்னவோ
அதை நான் கேட்கவோ
அதை நீ சொல்லவோ
எதுவும் வேண்டாம்

என் விருப்பத்தை அறியவும் விரும்பாதே
உன்னை அறியாமல் நீ அறிந்தாலும்
என் விருப்பத்தில் விருட்சமாக நிற்பது நீ மட்டுமே
பிரிவு என்று பிரிந்தாலும்
நினைவு அதிலே நீ மட்டுமே நிலையாக வாழ்கிறாய்..

15.

தோற்றுப் போனாலும் காதல்,
காதல் தானடி
அதில் வாழ்வதும் நீயே தானடி
தோற்றதற்கு நான் இறந்து போகவா
அல்ல உன்னினைவில் வாழ்ந்து சாகவா

16. நழுவிய பூ

உனக்காகக் கோர்த்த மாலையில்
ஒதுங்கிய பூ ஒன்று உனைச் சேரவில்லை
உனைச் சேரும் ஆசையும் குறையவில்லை
நானின்றியும் மாலை நீ அணியும் போது
அனைத்தும் மறந்து துளிர்க்கிறது
இதுவரை இல்லா மகிழ்ச்சி

17. வா காதலே...!

உலகில் விழும் காதல்
ஒன்றும் புதுமை இல்லையே
உலகில் சேறும் காதல்
அனைத்துமே நிலைப்பதில்லையே
வாழும் காதல் சிலவே
அது கடந்த பாதை பலவே
சரித்திரத்தில் பேசும் காதலும்
இன்னல்களில் எழுந்த காதலே
இயல்பு நிலை மாறினும்
தன்னுயிர் போகினும் தளராது, அக் காதலே...
அக் காதலே
என்னில் வா காதலே...வா காதலே...!

18. காதல் சொல்லால்லாவது உருகி வா

இதுவரை காத்திருந்தேன் உனக்காக
இன்னும் காத்திருக்கிறேன் எதற்காக
மணவரை ஏறும் போது
நீ என்னை நினைத்தாலும்
கண்ணில் சிறு துளி துளிர்த்தாலும்
மறு பிறவி ஒன்றிற்காகவே நான் காத்திருக்கிறேன்
அங்காவது என் பிறவி பலன் கிட்டுமா
உன்னை அடைவேனா
மறுமுறைப் பார்த்தாலும்
ஒரு முறையும் சொல்லா காதல்
எம்முறை சேரும் இதற்கு விதிமுறை கூறும்
காதலுக்கு வரைமுறை உண்டென்றால் தொகுத்துக்
கொடு
இல்லையெனில் என்னை எப்படியாவது
அவளோடு சேர்த்து விடு..

கல்லாகிய கடவுளே
காதல் சொல்லால்லாவது உருகி வா

19.

துடிக்கும் உதடு
பதிக்கும் முத்தம் யாரோடு
கனவு

20. காலை காதல் (பேருந்து)

சன்னல் இருக்கையும்
சற்றே கசந்தது
நினைவோடு பயணமும் சுகமானது
பொவிந்து பொலிவிழந்த கற்பனைகளைக்
கண்பட்டே கனியச் செய்கிறாள்
கற்பனைகள் பற்றி எரியும் முன்னே
சன்னல் அருகே இடம் கொடுத்து
மின்னலென மாயமானால்
அவள் அமர்ந்த இடமதில் சூடும் தணியவில்லை
என்னுள்பாயும் சூட்டின் கதகதப்பும் குறையவில்லை

கண் கொண்டே காதல் செய்யும்
கவிஞன் நானென்பதாலோ
அந்த மென் சூட்டிலும் என்னிதயம் வியர்க்கிறது
புண்பட்ட இதயமும் பூவாய்ப் பூக்கிறது
நகருங்க என்ற வார்த்தையும்
நாதா என்றே ஒலிக்கிறது

21.

சொல்லுடா சொல்லுடா என்றாள்
இப்போ எங்கோ
சொல்லாமல் சென்றாள்

22. பார்கவி

பார்கவி என்பது அவள் பெயர்
பார்கவி வருகை உணர்ந்த
பார் எங்குமே கவிகள் பிறந்தது
பார் தன்னை மறந்து சுழல்கிறது
பார்கவி பாருக்கு கிடைத்த வரமென

23. அவளுக்கென்று ஒரு *FOLDER*

முன்பெல்லாம் அவள் புகைப்படம் கிடைப்பது அரிது
ஆனாலும் அழகழகாய்ச் சேர்த்தேன்
இப்போது அளவின்றிக் கிடைத்த போதும்
சேர்த்துக் கொள்ள மனமில்லை...
நீ அறியாமல் எடுத்த ஒரு புகைப்படம் நீயும் நானும் அருகருகே
Heart hacked, Folder empty.

24. இடைவிடாத நம்பிக்கை

காலங்கள் பொறாமைபட்டுக் கொண்டிருக்கின்றன
உங்கள் காதலைப் பற்றிக்
காலங்கள் கடந்த
உங்கள் காதல் போர்க்களம்
இன்றைய உங்கள் திருமணக் கோலம்
இடைவிடாத நம்பிக்கை இணைந்திருக்கிறது

25. வண்ணங்களில் அமைவதல்ல வாழ்க்கை

அடித்து விட்டார்கள் அவள் வீட்டிற்கு வெள்ளை
அடிக்க மறந்தார்கள் அவள் மனதிற்கு வெள்ளை

வண்ணங்களில் அமைவதல்ல வாழ்க்கை
எண்ணங்களில் அமைவதே வாழ்க்கை
திருமணத்திற்கு
அவள் வீடு வண்ணமயமாகின
அவள் மனம் இருண்டபோதிலும்
எதிர்ப்பைக் காட்ட காலணி மட்டும் கருப்பு
அவளுக்கு இத்திருமணமே வேண்டா வெறுப்பு

26. சாலையோர பூக்கள்

சாலையோர பூக்கள்
இருட்டில் மலர்கின்றன
அங்கும் இங்கும் கூட்டமாக
ஆண்கள் மிளிர்கின்றன
வேடிக்கையில் வெளியான வரி
இதில் நொந்து கொள்(ல்)வோர்கள் எதற்காக
வந்து செல்வோர்கள் எதற்காக
இவர்களுக்குப் பணம் பரிமாறும் பொருள்
பிணவறையாக உருமாறும் இருள்

27. வேண்டாம் என சொல்லாமல் சேமிக்கிறது

நம் காதலின் ஆதாரம்
என் இதயக் கூடாரம்
நினைவுகள் பம்பரம்
வாழ்க்கை ஒரு சக்கரம்
லட்சியம் ஓர் உக்கிரம்
அலட்சியத்திற்கு இல்லை பரிகாரம்
ஒரு முறை உதறு வாழ்க்கையெல்லாம் பதறு
சிதறு சிதறாய் உடைபடும் கண்ணாடியாகச் சிதறு
ஒளிரு ஒளிரு பல பிம்பமாக
நீயும் ஒளிரு ஒளிரு
யாருக்கும் வேண்டாம் இந்நிலை
என நீயும் கதறு கதறு
கூறி விட்ட சொல்லும்
கூர்மையான ஆயுதமே -நீ
ஏவி விட்ட காட்டேரியும்
என்னைத் தின்று தீர்த்திடுமே
அன்புடன் அவளுக்கு என்ற கவிதையும்
இனி குப்பைக்குள் குடித்தனம் புகுந்திடுமே

28.

தானியங்கிபோல் எந்த பெண்ணும் இயங்க முடியாது
ஆகவே நேர்மையற்ற பார்வை விழக்கூடாது

29.

நுட்பத்துள் நுட்பம்
எந்நுட்பத்துள் செய்த சிற்பம்
சிற்பத்துள் ஓர் உயிர்
சிரிப்பு என்பது அதன் பெயர்

30.

பெண்ணுக்குப் பொன்னழகா
பொன்னுக்குப் பெண்ணழகா
இரண்டும் ஒன்றை ஒன்று பற்றிக்கொண்டு
பளிச்சென்று பிறக்கிறதே ஓரழகு

31. என் தேடலில்

நூல் அறிந்தவளும்
நூற்க அறிந்தவளும்
பிழை அறிந்தவளும்
பிழைக்க அறிந்தவளும்
பிழையற்ற பயணமதை
தேடித் திரிபவளும்
பிழை முறியும் நுட்பம் அறிந்தவளும்
தெளிந்த நீரோடையாக ஓடித் திரிபவளும்
என் தேடலில்... நிற்கிறாள்

32. எனக்கோ இவள் கிடைப்பாளோ

உனக்கோ அப்படி கிடைப்பாள்
இப்படி கிடைப்பாள்
என்று சொல்லிக் கொண்டே இருப்பாள்
எனக்கோ இவள் கிடைப்பாளோ
என்றுதான் ஏக்கம்..?

33. புரியாமல் நான்

உன்னுள் உயர்ந்து நிற்கிறேன்
என்னுள் செத்து மடிகிறேன்
நம்முள் இருப்பது என்னவோ...
என்னுயிரே
என்னை அறியாமல் எனக்குள் வந்து விட்டாய்
உன்னை அறியாமல் உனக்குள் வருவது எப்படி
என்னை அறியாமல் தவிக்கிறேன்
உன்னை அறியாமல் விளக்கிவிடு

34.

பாட்டெழுதத் தேடித் திரிந்தேனடி பாப்பா
உனைப் பார்த்ததும் பார்த்தெழுதிப் போகிறேனடி
பாப்பா
மெட்டுக்கு எழுத மேய்கிறேனடி பாப்பா
உன் கொலுசு மெட்டு போட்டா
நானெழுதிப் போவேனடி டாப்பா

35. கடைசி நொடியாவது மாறுமா

விடைபெற்றுக் கொள்வேன் நிச்சயமாக
ஆனாலும் காத்திருக்கிறேன்
உன் கழுத்தில் தாலி ஏறும் வரை

மட நம்பிக்கை நான் வைக்கிறேன்,
நான் அழைத்த இறைவன் இருக்கிறேன்
என்று கடைசி நொடியாவது காட்சி தருவானென்று

36. இந்தக் கவிதை யாருக்கு..?

யாருக்கு ..? என்று நீ கேட்கிறாய்
யாரைச் சொல்ல என்று நான் யோசிக்கிறேன்
தினம் சந்திக்கும் நிகழ்வின் திருட்டு
பிறந்து வருகிறது ஒரு கவிதை மொட்டு
அது யாருக்கு என்பதை நீயும் கேட்டு
என் பதிலற்ற நெஞ்சுக்குள்ளே இருக்கிறது திண்டுக்கல்
பூட்டு..?
அந்த யார் என்ற பூட்டுக்கு ஏற்ற சாவியை யார்
அறிவாரோ
அந்தப் பூட்டு திறக்கப்பட்டால்
நிச்சயம் திறவு கோலை நீ அறிவாய்
நீ மட்டுமே அறிவாய்

37. எதற்கு இவன் இனி

என் தோழி, நீ வாழி
இனி பிறக்குமா எந்தன் வழி
வேண்டாம் ஒரு நாளும் உந்தன் பழி
பழைய காதல் உயிர் பெற
புதிய காதல் எங்கோ
தள்ளிச் செல்வதே
பாவை உந்தன் பாங்கோ

ஊரார் கண் பட்டுத் தீர்த்ததால்
நம் காதல் பட்டுப் போகுமோ
முதல் துளிர் விட்ட காதலடி
என் தளிர் கொடி
உன் மடி
சாய்ந்த காதலடி

என் மூச்சுக்காற்று பட்ட பட்டுப் புடவையடி
உன் மேனி சுற்றிக் கிடக்குதடி
உடுத்தும் உன் மேனி உதறி எறிந்தால்
எதற்கு இவன் இனி
சொல் பாவை நீ
சொல்லி செல் பாவை நீ

38. உன் கண்ணீர்த் துளிகள்

நின் உருவம் கண்டோ உன்னைக் காதலித்தேன்
என் பருவம் அதில் நானும் பேதலித்தேன்

அறிந்த அவளே
அறியாமல் திரிய வைத்தவளே
அறிவிப்பின்றிக் காத்திருந்தேன்

உருவம் அதில் உருவாவது காதலா
என் பதில் கேட்க ஆவலா
அழகில் மட்டும் அலைமோதுவது காதலா
அன்பே அப்படியிருந்தால் அது காதலா

பக்குவமற்ற பருவம் அதில்
பரிமாறா காதலடி
பரியேறி நிற்குதடி
பதில் கேட்டுத் தவிக்குதடி

கடிதம் ஏந்தி நிற்கும்
என் கைகள்
கலங்கி நிற்கும்
உன் கண்கள்
எதில் முடியும் என் வரிகள்

அளித்து சென்ற அழைப்பிதழில்
உதிர்ந்து கிடக்கிறது
உன் கண்ணீர்த் துளிகள்...

39. காதலி தேடல்

தமிழ் படித்தவள் வேண்டாம்
தமிழ் பித்துப் பிடித்தவள் வேண்டும்

40. காதலை இங்கு யார் மதிப்பது

வாழும் என் காதலுக்குப்
பதிலொன்று நீ சொல்லடி
உன் பிரிவை தந்து சென்றாலும்,
என்னுள் காதல் உயிர் வாழும்
நீ பறந்து செல்லடி

நாம் சேர்ந்தால் இருக்குமோ
எனக்குள் காதல் அதிகம்
நீ பிரிந்தாலும் இருக்குதடி
அதே காதல் இன்னும் அதிகம்

காணும் மனிதரெல்லாம் காதல் கொள்வது
அதில் கவிதை எழுதியா நானும் திரிவது
காணும் மிருகமும் காதல் செய்யுது
அதைப் பார்த்தும் ஆசையின்றியா நானும் செல்வது
கூட்டுக்குள் கிளியும் காதல் செய்யுது
ஒருதலைக் காதலை இங்கு யார் மதிப்பது
மலர் மலர்தலைப் பார்த்து ரசிப்பது
மானுட இயல்பென்று புரிய மறுக்குது

வயதில் வந்து முளைக்கும்
காதலுக்கும் இல்லை தயக்கம்

முளைக்கும் வரை தள்ளி நின்று
வளர்ந்த பின் வந்து வெட்டுவது
உங்கள் வழக்கம்
அன்பில் முளைத்த காதலில்
அத்து மீறும் சாதி கத்தி
காதலைப் பிரிக்கத்தான் கண் திறக்கும்
கடவுளின் அற்புத சக்தி
சிலைகளின் கலைக்குள்
மதம் பார்ப்பது மனித புத்தி...
முத்தி

41. எல்லோருக்கும் கிடைக்கு காதல்

துன்பத்திலும் இன்பம் காணும்
எதையும் எதிர்பாராதது பிரிவதில்லை
எதையோ எதிர்பார்த்தது இணைந்தாலும்
நீடிப்பதில்லை
காதல்.. காதல் என்றாலே கண்மூடித்தனமான நம்பிக்கை
தான்
யாரை யார் எதிர்த்தாலும் ஊரே உனை எதிர்த்தாலும்
காதலித்தவர்களைக் கை விடாதீர்கள்..
ஒரு காதல் உயிர் பெறுவது பூமியைப் பிளந்தெழும்
விதை போன்றது..

இணையும் இருமனம் திருமணம், இருமனதிலும் காதல்
உயிர் பெற வேணும்

42. கிராமத்துக் கிறுக்கி

அதிகாலை விழிப்பு
அள்ளித் தெளித்த சாணம்
அள்ளிமுடிந்த ஆறடி கூந்தலோடு
எட்டுப் புள்ளி கோலம் கன்றின் குரல் கேட்டு
அவள் கை பட்டதும் சுரந்த பால்

பால் ஏந்தி வரும்
தாவணி பெண்
விடியும் முன்னே நீர் பாய்ச்சி
வயக்காட்டு வேலைக்குப் போகும் ஆண்
சந்தித்த கண்கள் பின்னணி இசையாகப்
பறவை குரல்
வருடங்கள் ஆறு கடந்த பின்னும் அதே ஈர்ப்பு...
உன் பெயரையாவது சொல்லிப் போ
இனியாவது கிடைக்குமோ எனக்கொரு தீர்ப்பு...
என்னவளே

43. நினை வினை

நான் சேர்த்து வைத்த வினாத்தாள் தொகுப்பில்
நீ கிறுக்கி வைத்த எனது பெயர்
விடையாகி வந்தது

44. நகரத்துக் கிறுக்கி

எழவா வேணாமா
எனும் நேரத்தில் ஒலிக்கும்
எட்டு மணி அலாரம்
உறக்கம் கலைக்க
ஓர் அவசரக் குளியல்
அதே வேகத்துடன் சமையல், இல்லையெனில்
இணையத்தில் உணவு தேடல்
பயண இடமெங்கும் நெரிசல்
அவ்வளவு அவசரத்திலும் அழகாய்த் தீட்டிய கண் மை
கண் பரிக்கும் உதட்டுச்சாயம்
நெருங்கும் தொலைவில் நான்
ஒரு கிராமத்து ஆண்
அவள் பார்வை விழும் எனும் ஏக்கத்தில் தான்,
பார்த்தும் பார்க்காமல் போகும் அப்பெண்..
நின்று ரசிக்க நேரமில்லை ஏன் தெரியுமா
இது அவள் தினம் சந்திக்கும் தொல்லை..

45.

அத்துமீறும் சமத்துவத்தை ஒடுக்கத் தெரிந்தவள்
அவளுக்கான சமத்துவத்தை எடுக்கத் தெரிந்தவள்
அவள்
சமத்துவம் பேசும் என்னோடு சமமாக வேண்டும்

46. செல்வேன் எல்லை கடந்து

கண்ணில் ஈரமில்லை
இனி வேண்டாம் எனக்கும்
காதல் தொல்லை
எதுவரை வாழ்வின் எல்லை
அதுவரை.... எனக்கும்
தனிமை சொந்தமில்லை

நீ வருவாய், இனி வருவாய்
எனும் நம்பிக்கையும்
எனக்குள் கொஞ்சமும் இல்லை
இனி கெஞ்சவும் இல்லை
கொஞ்சல் கெஞ்சவும்
எனை மிஞ்சவும்
நீ வருவாய் எனத் தோன்றவில்லை

காலம் மாறும் போதே - அவன்
கையில் சேரும் போதே - இவனை
மறந்ததன் காரணம் தேவையில்லை

உன்னுள் வாழும் ஆசை
என்னுள் கொன்ற பிறகு
உன்னோடு வாழ்ந்தாலும் முளைக்குமா
எந்தன் சிறகு
பறக்க ஆசை எனக்குப்
பயணம் எந்தன் சிறகு
உன்னையும் மறக்க வைத்து
என்னையும் ஈர்க்கும்
அந்த இயற்கை அழகு...
இனி நீ எதற்கென்று
இந்த இயற்கை நிரந்தரமென்று

47. முதிர்க்கன்னி

வீடேறி வந்தவன்
காரணம் கூறாமல் சென்றுவிட்டான்
அவன் சென்றதால் என்ன காரணமோஎன
எவனும் வீடேறி வரவில்லை...
இந்த முல்லை மொட்டு மலர்ந்து மனம்வீச
காத்திருக்கு
சூடி மணக்க எவன் வருவானோ...

48. அதிசயம் வியக்கும் அதிசயம்..? அவள் கண்கள்

விழவா எழவா எனச் சிக்கித் தவித்தன கண்கள்
பார்வை கீழ் விழுந்தது
பாதம் பார்த்தது
எழ மறுத்தது
எழுந்த கண்கள் மீள மறுத்தது
அவள் கண்கண்டே சாகத் துணிந்தது
பேச்சேதுமின்றி மூச்சடைக்க
அவள் மூச்சுக்காற்று என்னில் படும் தூரத்தில்
எதிர் வந்து நின்றாள்
இந்தாங்க தேநீர், எனத் தந்து சென்றாள்
பதில் ஏதுமின்றி
நினைவில் நின்றது
தேவதை முன் தேநீர்..

49. அன்பே

உன் கைப்பிடிக்க எவ்வளவு போராட்டம்
பிடித்து இணைந்த நம் வாழ்க்கையில்
ஏன் இந்த ஆர்ப்பாட்டம்
நமக்குள் விழுந்த விரிசலில்
வந்து வசிக்கிறது ஒரு கூட்டம்
விரித்த வலையில் சிக்கும் மீனாக நாம் இருக்கணுமா
நீண்ட நாள் நீந்த நினைத்த நம்மை விழுங்கிப்
போகனுமா
குட்டை குள்ளேக் குழம்பி கிடந்தாலும்,
ஓடும் ஆறோடு ஓடிப் போனாலும்
கருவாடே ஆனாலும் குழம்புச் சட்டிக்குள்
கொதித்தாலும்
பிரிவினை எனும் அவ்வினை நெருங்காது போகட்டும்
அன்பே

50. கானல் பிம்பம்

புரிந்து கொள்ள இயலாத
ஒருவளின் நட்புக்குள் உயிர் வாழ்கிறது
நான் தொலைத்த காதல்
கானல் நீரின் கடைசி காட்சி போல்
அது அழகாக மாயமாகிறது
பிரியம் மெய் என்றாலும்
பிம்பம்..............?

51. தீயதை ஒதுக்கி நல்லதை கண்

நாம் ஒன்றை ரசித்தால்
நம் ரசனையை வேறு விதமாகச் சித்தரிக்கும்
கூட்டமும் இருக்கவே செய்கிறது...
உங்கள் ரசனைகளை தூர் வாருங்கள் பின்தான்
புது ரசனை ஊற்றெடுக்கும்...
என் ரசனை சாக்கடைக்குள் மலர்ந்த ரோஜா
உங்கள் கண்ணுக்குத் தெரிவது சாக்கடை
என் கண்ணில் மலர்வது ரோஜா
நீங்கள் மூக்கை மூடி நின்றாலும்
நான் மூக்கில் நுகர்வது ரோஜாவின் வாசம்
அதுவே மனமெங்கும் வீசும்

52. தனிமைக்குத் துணையாய் வா...? யாவுமாய்

வாரே வா..
என் மனச நீ வாரி போக வா..
வாரே வா தங்கத் தட்டில் உன்னை ஏந்தவா
கொலுசு மெட்டில் கவிதை எழுதவா
ஆசைக் கனவில்
இரவின் நினைவில்
காதல் உணர்வில் நீந்திப் பழக
நித்தம் நீயாகி வா
என் தனிமைக்குத் துணையாய் என்னில் சேர வா...

53. சந்திக்குமா நம் கண்கள்

உனக்கும் பிடிக்கும் எனக்கும் பிடிக்கும்
நமக்குள் எப்போது காதல் முளைக்கும்
நம் நட்பு இறக்காமல் காதல் முளைக்குமா
முளைக்கும் காதல் துளிரில் நம் மகிழ்ச்சி கிளைக்குமா
எனும் சந்தேகம் ஆயிரம்
இதில் சந்திக்குமா நம் கண்கள்

54. நீங்கா நினைவோடு

கனவெல்லாம் உன் நினைவு
கடந்து விட்டாய் வெகு தொலைவு
இனி நடக்கும் கோலாகல நிகழ்வு

உன் வண்ணமேறிய வீடுபோலே
உன் எண்ணமெல்லாம் வண்ணமாகட்டும்
காஞ்சி பட்டும் குறிஞ்சி மொட்டும் உனைச் சேரட்டும்

கோலார் சுரங்கமே உனை நாடட்டும்
அள்ளி முடியும் கூந்தலில்
அழகு மலரலெல்லாம் வந்தேறட்டும்
உன் கூந்தல் மனத்தை நுகர்ந்து மயங்கட்டும்

உன்னில் மூன்று முடிச்சு விழுந்தாலவது
என்னில் தெளிவு பிறக்க வழிவகுக்கும்....

55. வாழ்த்து

உன்னவனின் கைகளில்
உனது விரல் சேர
உனையும் அவனையும்
இணையும் விரலணிகள் மாற
இருமனமும் இடமாறி ஒருமனமாக
நிச்சயம் செய்யும் இன்று சத்தியம் செய்து
இணையும் இருவர் காதல் கற்பனை கனவும்
இடறேதுமின்றி நினைவாகட்டும்
குறையேதுமின்றி நிறைவாகவே அவர்கள் வாழட்டும்

56. தூர தேசப் பெண்ணே

உன் மீது விழும்
என் விழிகளுக்குத் தடையேதும் சொல்லாதே
உன் அங்கமெல்லாம் அலைந்து திரிய
என் விழிகளுக்கு வழிகாட்டியாக வர மறுப்பேதும்
இருக்காதே
தூர தேசப் பெண்ணே
என்னை வந்து சேரும் நாள் சொல்வாயோ கண்ணே
உன்னை எதிர்பார்த்து நின்னே
என் வாலிபம் ஓடோடி போகுது கண்ணே
கண் திறவாயோ என் கலை மானே
கட்டி அணைப்பேனா உனை நானே

57. பார்கவி

நேர் நேர் சந்திக்காத நம் முகங்கள்
புகைப்படம் பார்த்தே தொலைந்து போன
என்னிதயத் துடிப்புகள் பார்த்தும் பார்க்காமல் போன
நிமிடத் துளிகள்
கவிதையில் மட்டுமே காதல் பேசும்
உந்தன் ரசிகனின் ஆசை வரிகள்
அள்ளி முத்தமிடும் ஆசைக் காதல்
என்னில் நழுவி உன்னில் மலர்ந்தது யாரோடோ...

58. ஏன் வந்தாய்

மனதில் உளவு பார்த்தவளே
களவுக் காதல் செய்தவளே
அலைய வைத்தவளே
கற்புக் கரசியென
கிரீடம் சூடியவளே
அத்து மீறி என் மனதைத் தொட்டு விட்டுப் போறவளே
என்னுடன் என்னையே மோத விட்டு
வேடிக்கை பார்ப்பவளே
நிலையில்லா உன் மனதை
விலை பேசியது அழகா, அல்ல வேறென்ன...?

59. தேடல்

தனி மனித வாழ்க்கை ஊடலே தேடல்
ஒன்றைத் தேடி ஒன்றை இழக்காதே
தெளிவற்ற தேடலை உன்னுள் விதைக்காதே
நூலறுந்த ஊசியாய் நழுவி விழாதே
எங்கும் எதையும் தேடலாம்
மண்ணில் வற்றிப் போகும் நீரை விண்ணிலும்
உனக்கான புது உலகைப் பெண்ணின் பேச்சிலும்,
இருக்கும் இடத்தில்
புதுத் தேடலை உருவாக்கியும் நகரலாம்
ஒரு போதும் உன்னில் உனைத் தேட மறக்காதே
நம்மை நாம் தொலைத்தே
பலவற்றைத் தேடி அலைகிறோம்
பித்துப்பிடித்து

60. *NAIL POLISH (* நகப்பூச்சு)

நீ பேசும் பொழுதெல்லாம்
முகத்தின் முன்னே வந்து செல்லும் கைகள்
ஆ... அழகாகத் தான் இருக்கிறது
உன் நகங்களைக் காவல் காக்கும் வண்ணங்கள்
ஆனால் என்ன
என்னைக் கைது செய்து விடுகிறதே

61. உள்ளூர் உதவாக்கர

மாப்பிள்ளை பார்த்து நாளாச்சு
சிங்கப்பூர் மாப்பிள்ளை உள்ளூர் வந்தாச்சு
மணக்கோல ஆசை அவ மனசுல பூத்தாச்சு
என்னாச்சு, ஏதாச்சு
என காதலிச்சவன் கதறலும் நின்னாச்சு
உன் மனசாட்சி கேட்டுப் பாரு
என்னைப் போல யாராச்சும் உண்டா
என நீ கூறு..

62. சேரா காதலை நினையுங்கள்

நம்மை நாம் புரிந்து கொண்டோம்
என்பதில் உருவாகும் காதல்
நம்மை நாம் நன்கு புரிந்து கொண்டோம்
எனும் ஆணவத்திலே பிரியும் காதல்
காதலிலே
இணையும் வரை போராட்டம் தான்
இணைந்த பின் இருப்பதில்லை அதே நாட்டம் தான்
சேராமலே காதல் வாழ்ந்து கொண்டிருக்கிறது
சேர்ந்த காதல் பல வீழ்ந்து கொண்டிருக்கிறது
இன்பத்தில் ஒரு பிம்பத்தை
துன்பத்தில் ஒரு பிம்பத்தை
காதலில் உருவாக்காதீர்கள்...

63. கஸ்தூரி

மான் அழகே மான் பெயர் ஏந்திய
நீ தனி அழகே
தூரி (ஊஞ்சல்,தூரிகை)
அன்பு ஓவியம் தீட்டும் தூரிகையே
உன்னைக் கவியாகத் தீட்டும் மதிநுட்பம்
நானறிவேனோ
கவி கேட்டு ஊஞ்சலாடும் உன் மனம் நானறிவேனோ
நீ கேட்டால் கவிபாடி நான் முடிப்பேனா...
முடிக்கத்தான் மனம் வருமா

64. பிரிந்தாலும் வாழும்

காதலித்த உள்ளங்களில்
காதல் நீந்திக் கொண்டு தான் இருக்கும்
வெறுத்தே போனாலும்

வற்றிப் போன நதியில்
சேற்றில் கிடக்கும் மீன் போலே
அவர்கள் உள்மனதில் சுழன்று கிடக்கும்
தான் இறக்கும் வரை
தன் காதலைத்
தனக்குள் சுமந்தே
அவ்வுள்ளம் வாழும்

65. கார்த்திகா

உன் பெயரிலே
உன்னையும் உன்னழகையும் ஒளித்திருக்கிறாய்
பெயருக்கேற்ற பெண் என்பார்களே
அது நீ தான் போலும்
கார் (மழை)
கார் மேகம் போல் கருத்தவளே
கார் (மழை) போல் அன்பைப் பொழிபவளே
தீ என்னும் குணமும் உடையவளே
தீமையைத் தீ போல் சுட்டெரிக்கும்
எண்ணம் கொண்டவளே
பெயருக்கேற்ற கவிதையாகப் பிறந்தவளே
உன்னைப் பலமுறை பார்த்தும் வராத கவி
என் நா உன் பெயரை சிலமுறை உச்சரிக்கையில்
ஏன் பிறந்ததோ..

66. *REEL REAL*

INSTA REELS பொண்ண சுத்தி பொழப்பு ஓடுது
Real life la பொண்ணு வந்தா வாழ்க்கமாறுது
அட *INSTA REELS LA* பொண்ணுங்க சிலு சிலுக்கும்
அத பசங்க பாத்தா பள்ளு பளப்பளக்கும்
LIKE தா *HEART* ♥ *ta* ஜொலிஜொலிக்கும்
அத பாத்தா போதும் மனசெல்லாம் கிலுகிலுக்கும்

67. பக்கம் நானிருக்கிறேன்

நிலவின் ஒளியில் மௌன நடை போடு
இந்த இரவின் அமைதியில்
இமைகள் மூடு
விண்மீன்களிடம் இரகசியம் பேசு
உன்னாசைகளை அசை போடு
இசை பாடு
உன்னைச் சுற்றி எங்கும் பாடும் பூச்சிகள் ரீங்காரம் கேள்
அந்தப் பூச்சிகளின் கொஞ்சலை ரசி
அதன் இனத்தில் அதற்கான அன்பைப் பார்
எவ்வஞ்சமும் அற்ற அதன் கொஞ்சலைப் பார்
உன்னைத் தொடும் குளிர் காற்றைப் பிடி
குருதிக்குள் ஊடுருவல் செய்யும் குளிரை ரசி
இந்த நிசப்த இரவில்
உன்னை ஒரு புத்தகமாக்கிப் புரட்டிக் கொள்
உன்னை ஒவ்வொரு வரியாக வாசி
பக்கம் நானிருக்கிறேன்

68.

கணிதத்தின் அடிப்படை விதிகளை
அறிமுகப்படுத்தி கொண்டால்
விதிமறந்து
காதலிக்க தொடங்கிவிடுவாய்

69. அதே மொட்டைமாடி இன்னும் நான்

மனதில் மலர்ந்த காதல்
ஒரு திருவிழா திருநாள்

அனைவரையும் அழைத்த தோழியவள் வீட்டிற்கு
முன் வந்த நீ
என்னை அழைத்தாய்
பக்கத்து வீட்டில் இருந்து
பக்குவமாய் வந்தேன்
நீ நின்றிருந்த மொட்டை மாடிக்கு

அதன்பின்
இருளின் இளமைப் பருவம் வர
நண்பர் கூட்டம் ஒன்றன்பின் ஒன்றாக வரத்
தொடங்கியது
காதலென்று உன்னிடம் கலவரம் செய்தவன்
கை வீசி வந்தான்
சரி நா போயிட்டு வரேன்
என சொல்லும் முன்னே
நீ என் கைப்பிடித்துச் சொன்னாய்
அவன் போகும் வரை இங்கேயே நில்லென்று
அதிகாரத் தொனியில்
நில்லென்று நீ சொன்னதும்
சில்லென்று வீசிய காற்று
உனையும் எனையும் உரச
மொட்டில் இருந்து
மலர் மலர்வதைக் காணாத மானுடம்
மலரை ரசிப்பது போல்
மலர்ந்த காதலை ரசித்த படி நின்றேன்
நின்று கொண்டிருக்கிறேன்
அதே மொட்டை மாடியில்
தினம் அவளுக்காக

என் மீதான உன் நம்பிக்கை
உன் மீதான என் காதலைக்
கசிய செய்தது
வசியம் செய்தது போல்
உன் பின் அலையச் செய்தது

இந்தக் காதலுக்குக்
காரணமும் சாட்சியும்
இராப் பொழுதில் நான் கண்ட
நிலவுக்கு நிகரான நிலவொன்று

70.

ஆதியில் தொட்டக் காதல்
பாதியில் விட்ட போதிலும்
மோதி கிடக்குது நெஞ்சுக்குள்ளே

71. நினைக்கும் முன்னே நீ

என்ன எழுத
என்று யோசிக்கும் முன்னே
உன் நினைவுகள்
என்னில் ஊடல் கொண்டு
கை வழியே
கவிதை பிறக்கின்றன
அன்பே
அவையெல்லாம் உன் குழந்தை தான்

72. “தேநீர்”

தினம் இவளை முத்தமிடாமல்
என் காலையும் மாலையும் நகர்வதில்லை
நகரமோ கிராமமோ
இவள் பெயர்தான்
இவளை பார்த்த கணம்
இதழ்ப் பதித்து முத்தமிடவே
என்னிதயம் துடிக்கும்...
இவளைப் முத்தமிட நேரம் காலம் உண்டோ
கண்டவுடனே கையில் பிடித்து
இதழ் பதித்தே நகர்கிறேன்...
என் அன்புக் காதலியே..!
“தேநீர்”

73. சிறைவாசம் கூட சுகவாசம்

காதல் செய்த பலரும்
கல்யாணத்திற்குச் செல்லவில்லை
கல்யாண செய்த பலரும்
காதலில் விழுவதில்லை

இதில் காதலுக்கு உத்தரவாதமில்லை
உருகினாலும் உதறிப் போகும்
இல்லையெனில் சாதி பெயர் சொல்லி
உறவினர்கள் விரட்ட எதுவும் அறியாமலே பிரிந்து
போகும்
கல்யாணத்திற்குச் சடங்குகள் பல
அதில் மனச் சடங்கு பார்க்க மறந்து விட்டார்கள்
கல்யாணம் செய்தவள் சொன்னால்
சிறைவாசம் கூட சுகவாசமாகத்தான் இருக்கும்
இவன் சவகாசம் இல்லையெனில்

சந்தேக மலம் உண்ணவனுக்கு
என் உன்னதம் எப்படி புரியும்

74. கனவுகள்

நித்திரையில்தினம்
முத்திரைபதிக்கின்றன
கனவுகள்

75. அறிவிக்கப்படாத காதல்

அருகிலமர்ந்து பயணம்
மனமெல்லாம் சலனம்
முகம் பார்க்க இயலாமலே தலை கவிழ்த்து
கதை பேசிய கணம்
அறிவிக்கவே அலை மோதும் எந்தன் எண்ணம்
முட்டி மோதி மீண்டும்
உள்வாங்கி விடுகிறதே

ஏதும் அறிவிப்பின்றி அறிவாயோ
உன் மீதான என் காதலை
அறிவிக்கப்படாத காதலுக்கு
உன் அரவணைப்பு கிடைக்குமோ

76. ஏன்..?

அன்று அவள் தெருவில் அவளை ஒரு முறையாவது பார்க்க
ஒரு நாளைக்கு முப்பது முறை சென்றிருப்பேன்
எப்போதாவது என் கடைக்கண் பார்வையில் ஒரு முறை அகப்படுவாள்
இனம் காணா ஏதோ ஒரு மகிழ்ச்சி உள்ளுக்குள் வரும்

இன்று தற்செயலாக அதே தெருவில் செல்ல கண்ணில் பட்டாள்
சூடுபட்ட கை போலக் கண்கள் அவளை உதறி நகர்ந்தது

77. அரசியல் காதல்

உங்க அப்பன் தான் president -u
நீதான் என் பார்லிமெண்ட்
காத்திருக்கும் எனக்கு
காதல் தொகுதியை ஒதுக்கு
உன்னை ஆள போடுவ புது கணக்கு

எதிர்க்கட்சிக்கு இங்க இடமே இல்லை
ஆளுங்கட்சி நான்தானு சொல்லு புள்ளை

எல்லா சின்னத்தையும் தூக்கி போடு
தாஜ்மகாலுக்கு வணக்கத்தை போடு

உட்கட்சி பூசல் வந்தா
நீ கண்ணக் காட்டு
மாமா எப்போதும் உன் பக்கமுனு
போடு டிவிட்டு

அதிகாரம் கிடைச்சா ஆடமாட்ட
உன்னிடம் மேடைப் பேச்சு பேச மாட்டேன்
திட்டம் போட்டு திருடமாட்ட
கள்ளக் காதல் பன்ன மாட்டேன்
சட்டம் நீ சொல்லு
திருத்தம் நான் செய்யுறேன்

78. திருவிழா தேர்

திருவிழா சீரியல் செட்டா
வந்தாலே ரொம்ப க்யூட்டா
மச்சி கேக்குறது heart beat ah
World ஹே ஆனது mute ah
ராட்டனத்துல சுத்துனா தல சுத்துமானு கேட்டா
சுத்தாமலே சுத்துதேனு போட்ட புது ரூட்டா
அதகேட்டு lita smile la போட்டா
என் மனசுக்குள்ள ஜிக்கு புக்குனு ஜிக்கு புக்குனு ரையில விட்டா

79. அவளே எனக்கொரு போதிமரம்

கனவில் கூட காகித ஓலம் தான்
அள்ளி அள்ளி முத்தமிட்டால்
என்னாசை தீருமா
உன்தாடை என்னுதடனைத்துக் கட்டிக்கொள்ள வேண்டுமாம்
மூன்றாம் எட்டும் முடிந்தப் பின்னும்
புத்தனாக வாழ்பவன் நான்,
ஆனா
அவளே எனக்கொரு போதிமரம்
அவள் அடி நிழலிலே
என் ஆன்மா மோட்சம் பெறும்

80.

நீ மாடி ஜாடி ரோஜாவா
என்மனம் தேடி ஓடிவா
வீட்டில் அடைபடும் நீ கூட்டுக்கிளியா
என்மனக் காட்டில் இருக்கிறாய் நீங்கா வலியா

81.

ஏதோ நினைவில்
ஏந்திய மதுக்கோப்பைக்குள்
மறைந்த காதலி மறுபடியும் உயிர் பெறுகிறாள்
உளறல்களாக...

82. அதுவாவது நிரந்தரமாகட்டும்

ஏ காத்துவாக்குல
அவ போறா போக்குல
நானும் நின்ன ரோட்டுல
அவ பாத்தும் பாக்கல்ல
நழுவிப் போயி திரும்ப வந்தா
ரகரகமா கதையைச் சொன்னா
சீன் போடுறியானு என்ன சொன்னா
மாறிப் போனது இங்கு முன்னும் பின்னா
தயக்கம் அன்று உன்னிடம் இன்று என்னிடம்
இதுக்குப் பேருதா சீனு *behavior, attitude* அப்படினா
அதுவாவது நிரந்தரமாகட்டும்

83. உணர்வுகளோடு உரையாடல்

காதலிக்கத் தெரியாது கற்றுக்கொள் என்பது
உயிருள்ள மனிதன் மேல் புழு ஊர்வது போல் உள்ளது
உனக்கும் காதலுக்கும் ஒத்தே வராது
என அவர்கள் சொன்னது சரியாகக்கூட இருக்கலாம்

காதலைப் பற்றி பேசும் போதும்
காதல் உணர்வுகளை
நினைவுகள் உரசும் போதும்
ரோஜாவின் செக்கச் சிவந்த இதழில்
பனித்துளிகள் படர்வதுபோல்
பறந்துபோனவள், நினைவுகளில் வந்து செல்கிறாள்

காதலிக்க அது வேண்டும் இது வேண்டும் என்பார்கள்
அன்பா பேசனும் அவளைத் தாங்கிக் கொள்ளனும்
ஏங்கி நிக்கனும் மகிழ்ச்சிப் படுத்தனும்
வியப்பு ஏற்படுத்தனும் மெய்மறக்க வைக்கனும்
என்ற எண்ணங்களை எல்லாம் தாண்டி
மனம் விட்டுப் பேசனும் மனதருகே நின்று பேசனும்
என்ற ஒன்றைத் தவிர வேறொன்றுமில்லை
இதுதான் காதல் என்று நினைத்தேன் ஆனால்
இதையும் தாண்டி
உணர்வுகளோடு உரையாடல் நிகழ்த்துகிறது காதல்

84. மனம் கேட்பதில்லை

நாலு வருசம் ஓடிப் போச்சு
கடைசி நாளுமாசம்
என்கூட உன் பேச்சு
மூச்சுக் காத்து போல உள்ள வந்து
எனக்குக் கொடுத்தடி நீயும் லந்து

அடி தலைக்கு மேல வானம்
எனக்கு நீயும் வேணும்
நான் பாடுவேண்டி கானம்
சொல்லுவேணா நானும்

அடி ஓட்டைக் கப்பல் போல நானு மிதக்குற
அட
ஒட்ட டைட்டானிக் கப்பல எதுக்குக் கேக்குற..!

85. கூட்டம்

அட கூட்ட நெரிசலில்
உந்தன் ஓர உரசலில்
எந்தன் வானம் இருளுதடி
உள்ளுக்குள் என்னென்னமோ உருளுதடி

86. சூடிக்கொள்ள ஆளில்லாமல் உதிர்கிறது

முடிந்த முன்னாள் காதலுக்கு ஒருமடல்
உன் பின்னால் வந்த பின்
எவள் பின்னும் போக மறுக்கிறது
என் மன ஊடல்
கவிதையில் மட்டுமே காதல் எப்போதாவது
மலர்கிறது
அதை சூடிக்கொள்ள ஆளில்லாமல் உதிர்கிறது
உணர்வுரீதியான தவிப்பையும்
உணர இயலாத ஏக்கத்தையும் தருவது அல்லவா
காதல்

87. அகதியாக அலைந்து திரி

இல்லை இல்லை என்று சொன்னால் போதுமா
வெறும் நட்பு என்றால் மனமும் மாறுமா
இல்லை என்பதே தொடக்கம் ஆனதா
தொல்லை தானே என்று உன்னை விரட்டி வந்ததா
இல்லை என்பதில் இருந்துதான்,
காதல் முளைத்ததா
காதல் வந்துதான் உந்தன் கனவைக் களைத்ததா

ஆணுக்கும் பெண்ணுக்கும் நட்பு, காதல் பாலமா
உனக்கும் எனக்கும் அது புரிந்தால் போதுமா
தப்பு என்று சொல்ல இதில் குற்றம் ஏதுமா
ஜாதி ,மத சாக்கடையில் நம்மனக் காதல் மணக்குமா
எதையும் எதிர்க்கத் துணியா மனிதன் எனில்
எறிந்து போகட்டும் ஆசையெல்லாம்
பாசமுள்ள நெஞ்சமெல்லாம் பகையாகத்தான்
சாதிமத பேதம் எனில்
உருவமில்லா மூடத்தனம்,
சாகும்வரை அல்லவா கொல்லும் தினம்
சாதிப் பெயரில் பிரிவு என்றால்
சாதிக்கு செருப்பு எறி
மதம் பெயரில் பிரிவு என்றால்
மலத்தை பார்ப்பதைப் போல மூக்கைப்பிடி
நாட்டின் பெயரில் பிரிவு என்றால்
அகதியாக அலைந்து திரி

88.

மினு மினுக்கும் சிங்காரி
அவ selection la கைகாரி
சிவப்பு நிற தாவணி
கட்டிப் பாத்தா
அல்டிமேட் ஆளு நீ

89. ஒரே கிளி

நினைவில் இருந்தாய் தினம்
சொல்லாமல் தவித்த கணம்
இருகிளைகளில் மாறி மாறிமனம்
உன்னைப் பற்றி நிற்கிறதே என் எண்ணம்

இன்று
ஒரு பறவை போல் என்னைப் பறக்க விட்டாய்
கண் பார்வையில் என்னைக் கூண்டில் அடைத்தாய்

உன் நெஞ்சாக் கூட்டுக்குள் நான் ரகசிய ஒளி ஒலி
என் மனக் காட்டுக்குள், நீ நான் ரசிக்கும் ஒரே கிளி

90.*Heart beat ஏறுதடி peak la*

மக்கிப்போன காகிதமா
மனசு இப்ப நோகுதம்மா
விட்டுப் போன போக்குல
என்ன நீயும் நோக்கல
உடம்பு சரியில்லாத சாக்குல
செவிலி உன்னத் தேடிவர நேருல
உன்னப் பாத்த ஷாக்குல
Heart beat ஏறுதடி peak la

91.சந்தித்த இடம் கோவில் வாசல்

மனதைப் பார்க்கும் முன்னே
மதத்தைப் பார்த்து விட்டால்
மதத்தைப் பார்த்த பின்னே
மனம் பக்கமே நெருங்க மறுத்துவிட்டாள்

மலர் வண்டுக்கு மட்டுமா மணம் வீசுகிறது
மனமும் அப்படித்தானே பெண்ணே
மனதிற்கு மதம் எதற்குப் பெண்ணே

பூனை குறுக்கே போனால் கெட்ட சகுனமா
கடவுள் மட்டும் என்ன நல்ல சகுனமா

கடவுள் என்ற பெயரில் ஒளிமயமாக விளங்கினாலும்
எத்தனையோ நபரின் வாழ்வில்
ஒளியை அழித்தவன் அல்லவா கடவுள்

92.பார்வை

மாயாஜாலம் எல்லாம் தோற்றுப்போகும்
உன் பார்வை ஜாலத்திடம்
ஜாலங்கள் செய்யும் உன்னிடம்
என் காலங்கள் அழியாதோ

93.சிறகு விரித்தால் மட்டுமே சிகரம் தொட முடியுமா

பழைய நினைவு
காயம் ஆறினாலும் காயத்தின் வடு மறைவதில்லை
காதல் போனாலும் நினைவின் வடு மாறுவதில்லை
எதார்த்தத்தை ஏற்றுக் கொள்வதுதான் முதிர்ச்சி *(maturity)*
என நினைத்தாலும்
முதிர்ச்சி இருந்தும் புத்துணர்ச்சி இல்லாதவனாக
அல்லவா
மனிதன் திரிகிறான்,
சிறகுகள் விரித்துப் பறக்கத்தான்
ஆசைகள் கொட்டித் தீர்க்கத்தான்
சிறகு விரித்தால் மட்டுமே சிகரம் தொட முடியுமா
கொட்டித் தீர்த்தால் மட்டுமே ஆசையை விட
முடியுமா

94.*Are you in love*

இல்லை என்று வாய்வார்த்தை மட்டுமே உதிர்க்கும்
யார் என்று சொல்வதற்கு இங்கு அச்சம் இல்லை
மிச்சம் இருப்பது நினைவுகள் மட்டும்தான்
என்று சொல்லவும் கூச்சம் இல்லை

இறந்து போன ஆசைகளை நினைக்கும் போதெல்லாம்
புது ஆசைகள் பிறக்கவே மறுக்கிறது

95.உதிர்ந்து போன பூக்களிலும்

எதையும் இதயம் தாங்குமென்றால்
புதிய வாழ்வும் உதிக்குமே
பறந்து போன பறவைக்காக
விட்ட கண்ணீரும் பாசமல்லவா

நீ கடல் தாண்டிப் பறக்கும்போது
இன்பம் கண்ணீருக்குள்ளும் ஊற்றாகவே
உதிர்ந்து போன பூக்களிலும்
உதிராத வாசங்களும் உயிராக உள்ளனவே

கசந்துபோக வாழ்வென்ன
கொடியில் தொங்கும் பாவக்காயா
உசந்துபோக வாழ்வுதானே
தென்னையில் தொங்கும் தேனடையே

96.உந்தன் செயல்களில் நான்

என்னை விட்டுச் சென்ற பின்னும்
என்னை விட்டுக் கொடுக்காமல் இருக்கிறாய்
உந்தன் செயல்களில்
எந்தன் செயல்களைக் காணும் பொழுது

97.இரகசிய குறிப்பு

மனசுக்குள்ளும் ஆசை இருக்கும்
அதுக்கு அடையாளமாக
அவனோடு ரோஸ் மில்க் குடித்த நாளுக்கும்
புத்தகத்தின் இறுதியில் ரகசிய குறிப்பிருக்கும்
இது அதுவா என்று கேட்டாள்
இல்லை என்றே பதில் உதிர்க்கும்
மனமோ சொல்லப் பரிதவிக்கும்
இல்லை என்றாலும் மனசுக்குள்
அன்பு எப்படிக் கசக்கும்
உள்ளதை மறைத்தால் உள்ளம் ஒருநாள்
கசக்கிப் பிழிந்தெடுக்கும்
நம்மனமே நமக்கெதிராகப் போர்த்தொடுக்கும்
பகையின்றியும் பயம் சேரும்
நம்மனமும் பகையாக மாறும்

98.

டைட்டானிக் கப்பல் பனிப்பாறை மோதி
மூழ்கியது
என் வாழ்க்கைக் கப்பல் உன் பார்வை மோதி
மூழ்கியது ஏன்... ?

99.காதல்

செய்யாத
தவறுக்கு மன்னிப்பு
அதிலும் ஒரு மகிழ்ச்சி,
நிகழ்ந்த தவறுக்கு
நான் தான் காரணம், இல்லை நான்தான் காரணம்
என்று மாறிமாறி நிகழும் சண்டைக்காட்சி
சுயமரியாதை இழந்த பின்னும்
சுற்றியே வரும் அன்பின் அடிமை வாழ்வு,
பெயரைக் கேட்டால் காதல்

100. அடி ஒற்றைத் தலைமை அது நீயல்லவா

நேரடி ஆட்சியை என்னில் நீயும் செலுத்து
மறைமுகக் தேடல் நமக்குள் எதற்கு
ஓட்டு நோட்டுக்குத்தானே விலை போகும்
நீயில்லையேல் ரோட்டுக்குத்தானே என்னிலை
போகும்

அதிகாரமதை உன்கையில் அள்ளித்தரவா
அடி ஒற்றைத் தலைமை அது நீயல்லவா
சதிகள் சூழும், கலவரங்கள் நிகழும்
என்னை நீ விட்டா செல்வாய்

நாளையும் மாறும், விடியலும் மாறும்
விளைவுகள் தீரும்

நான் கட்டிப் பிடித்து நின்ற தருணம்
நீ எட்டி மிதித்து எங்கே சென்றாய்

நம் காதல் கொடிதான்
அது கட்சிக் கொடிதான்
நீ தந்த பல பரிசு
கொட்டுமா
நம் காதலுக்கு நல்முரசு

அடி சிம்மாசனம் நீதானே சிபாரிசு வேண்டுமா
அட இறைவசனம் உன் சொல்தானே
என் மனம் தாண்டுமா

101.

கைவிலங்கோ,கம்பியோ ஏதுமின்றி
டீ கடைக்குள் சிறைபிடித்த
மாலை நேர மழைத்துளிகள்

102. தொலை தூரக் காதல்
தொலைபேசி அழைப்புக்காகக்
காத்திருப்பு

உள்ளொன்று உண்டு,
அது எப்படி சொன்னால் புரியுமென்று
தெரியாமல் தவிக்கிறேன்
உன்னோடு பேச ஒத்திகை நானும் செய்ய
வெகுநேரம் கூட நொடியாகிப் போகும்
சில நேரம் மாறும் நொடிக்கூட மணிநேரம் போல நீளும்
சிலநேர கோபம்
தேநீர் போல உன் சொற்கள் விழுந்துவிட
மனதோடு கரையும்
உந்தன் நினைவில் எந்தன் உயிர் உறையும்

103.

ALL FLAVOUR BEAUTY
EN FAVOUR CUTIE
போவோமா ஊட்டி
அடிப்போமா லூட்டி
EYE FIRE காட்டி
பொசுக்கிறியே ஜூலி
இவ்ளோ நாள் என் மனசு காலி
இப்போ உன்னால நானும் ஆன வாலி

104. என் கனவில்

நான் வேண்டாம் வேண்டாம் என்றாலும்
தினமும் மறவாமல் வருகிறாள்
என் கனவில்
என்ன பிரச்சனையோ தெரியவில்லை
அவள் அழுகிறாள்
என் கண்ணோரம் நீர்த்திவளை
படுக்கை அறையிலும்
பழைய நினைவுகள்
மனக் கறையிலும்
உயிராய் அவள் உணர்வுகள்

105. *BODY FULL OF MUTE-U*

LITTLE BIT HEART-U ❤
U ARE ONLY MY BEAT-U
TOUCH SCREEN PHONE-U
U R MY RING TUEN -U

U SPOKE SO CUTE-U
BODY FULL OF MUTE-U
U WILL BE MY WIFE-U
IT'S A BREAKING NEWS OF MY LIFE-U

106. பிடியற்று அல்லவா விழுகிறேன்

மீண்டெழவே முடியவில்லை
மீண்டும் விழவா தோனும்
முகத்தில் சிரிப்பு
பார்த்தாலே பளபளப்பு
எங்கும் கல கலப்பு
இவை எல்லாம் வெளிவேடம் தானே
இருந்தும் இல்லாதது போல்
தெரிந்தும் தெரியாதது போல்
அழைத்தவுடன் ஓடோடிவர எண்ணம்
இருந்தும் வராமல் நான் சொல்லும் காரணம் பல
வண்ணம்
சுற்றத்தார் சொன்னார்கள்
இவன் குரங்கு தாவி ஓடி விடுவான் என்றார்கள்
ஆமாம் எல்லாம் உண்மைதானே
தாவும் போதெல்லாம் பிடியற்று அல்லவா விழுகிறேன்
உன் ஞாபகத் தூண்டலில்

107.

அவள் சுற்றுலா வந்தாள்
அவளோ சுற்றிப் பார்க்க வந்தாள்
ஆனால் அவளை சுற்றி பார்க்கவே நான் போனேன்...

108. சொல்லிக்காம எங்க போன

காதல் ஜோடிகள் செய்யும் லீலைகள் போல
மனசுக்குள்ள ஆசைகளும் பல
கண்ணுமட்டும் காணுது
மனசு இங்க வாடுது

வயசு வந்து நாளாச்சு
சிறுசு பாத்துவிடுற மூச்சு
சேத்து வச்சி பேசிப் பேசி
சேர துடிக்குறான் இந்தப் பரதேசி

ஊருக்குள்ள என்னப் போல
ஆளு இல்லனு சொன்னவளே
எங்க போன
இப்ப நானும் தனிமையில
ஜோடி போட்டு நீ போகையில
ஜோக்கர் நானு போதையில
சோலி போனா கூலி தானே
ஆசை போச்சு காலி தானே

109.

குறை கண்டால் அங்கு காதல் எங்கே,
காதல் கண்டால் அங்கு குறைகள் எங்கே

110. சுட்டிபுள்ளை

குட்டப் பாவாடை குட்டி
அவரொம்ப சுட்டி
போறாளே திட்டி
வாங்கிதர வாடி ரொட்டி

சோகம் எனக்கும் தீரல
என்ன சாய்ச்சிகொள்ளு உன்மாருல
நீ இருந்தா போதும்
நான் இருப்பேனடி ஜோருல
ஜொலி ஜொலிக்குற
சிலு சிலுக்குற
கலகலக்குற
என்ன மயக்குற
மினு மினுக்குற
வித்தை காட்டுற
மாமா நான் கிட்ட வந்தா
ஏன்டி சினுங்குற

111.

யாரை நான் என்ன சொல்ல
பணமே உறவைப் பிரிக்கும் மெல்ல

112. போடாப் போடி

கல்யாணத்துக்கு முன் காதல்
காதலோடு காமம்
கை நழுவும் போது
கை கழுவிக் கொள்வது
கலாச்சாரம் சீர்கேடும் இல்லை
கலாச்சார மாறுபாடும் இல்லை
அன்று மறைந்து
இன்று திறந்து
இது தவறொன்றும் இல்லை
இன்னொருவர் ஏமாற்றப்படாதவரை,
உயிரே தாயே
என் சேயே
அனைத்தும் நீதான்
என் உயிரே உனக்குத்தான்
நீ இல்லை எனில் இந்த உயிர் எதற்குத்தான்
கதவைத் திறக்கும் வரை
படுக்கை விரிக்கும் வரை
அடுக்குமொழி அடுக்கிவரும்,
முடிந்தால் போடாப் போடி என
கை சொடுக்கிப் போகும்

நட்பு

1. எனக்கு தெரியும்

கோபங்களைக் கொட்டித் தீர்த்து வாதிடுவதும்
இதை செய்யாதே என்று தலையீடு செய்வதும்
இம்சையும் கேளிகிண்டலும் சளைக்காத பேச்சும்
யாரேனும் தவறாகச் சொன்னால்..?
நீ மூடிட்டுப் போ எனக்கு தெரியும் என் நட்பப்பத்தி....
பேசவில்லை யெனில் அதற்கான காரணமும்..
சில்லி தனமான செயலுக்கு சிகரம் போல் கோபமும்...
புரிந்தும் புதிராகவே நட்பு

2. வெட்டிப் பேச்சு

மாலை நேரத் தேநீருக்கு
நடைபோட்டோம்
மழைத்தூறல் முடக்கியது
எங்களோட்டம்,
கடையோரம் ஒதுங்கியது
எங்கள்கூட்டம்
கலகலவென பேச்சில்
தேநீர்க் கோப்பை ஒதுங்கிப் போனது
மதுக் கோப்பை நினைவில் உதித்தது

3. ஆண் பெண் நட்பு

பழகும் போது பாலினம் மறந்து பேசுகையில்
அறியாமல் மலர்ந்திருக்கும் நட்பு புரியும்

ஆண் பெண்ணுக்குள் காதல் என்றால்
ஏதோ எதிர்பார்ப்புடனே உரையாடல் நிகழ்ந்து
கொண்டிருக்கும்
பெண் என்பவள் எப்போது தன் நண்பனிடம்
இதைப் பேசக்கூடாது என்று யோசிக்காமல்
எதையும் பேசுகிறாளோ அங்குதான் மலர்ந்து நிற்கிறது
புது உறவின் தூய்மை

4. நாட்குறிப்புப் பக்கம் எல்லாம் நட்பின் வாசம்

நட்பென்ற தலைப்பில்
பலமுறை கவிதை எழுதியதுண்டு
இருமுறை பரிசும் பெற்றதுண்டு – ஆனால்
ஒருமுறை கூட உயிரோட்டம் இல்லை

நட்புக்கு வர்ணனைகள் வேண்டாம்
அத்துமீறும் உரிமைகள் இருக்கும்
நாட்குறிப்புப் பக்கம் எல்லாம்
நிச்சயம் நட்பின் வாசம் இருக்கும்

5. உனக்காக

மற்றவர்கள் போல் என்னிடம் ஏனில்லை
அது எனக்குமே புரியவில்லை
ஆனால் ஒன்று
இயல்பு மாறாக நானிருந்ததால் என்னவோ
இன்றுவரை நீள்கிறது நம் பயணம்
கல்லூரி முதல் நாளில் அறிமுகமானவர்கள்
முகம்கூட நினைவில்லை
அவர்கள் அனுப்பும் திருமண அழைப்பிதழில் தான்
மீண்டும் சந்திக்கிறேன்
நம் அறிமுகம்தான் தாமதம்
அறிந்துகொள்வதில் இல்லை
நட்புக்குள் இருக்கும் கேலிக்கூத்தை எல்லாம் கடந்து
உண்மையான உள்ளத்தை
இருவேறு தருணங்கள் நமக்கு உணர்த்தியது
இல்லை என்று இதுவரை நீ சொன்னதில்லை
இல்லை என்று நான் சொல்லும் நிலையும் நீ
தந்ததில்லை
வெறும் பேச்சில் மட்டுமே
நம் நட்பு இதுவரை நிலைக்கவில்லை
ஒரு நாள் உன் அர்த்தமில்லா கோபம் கண்டும்
என் மனம் பொறுத்திருக்கவில்லை
பதிலுக்குக் காட்ட நினைத்தக் கோபமும்
நீண்ட நேரம் நிலைத்திருக்கவில்லை
நீண்ட காலம், நிலைத்திருக்க நினைப்பது நட்பு

6. உன்தோளில் சாஞ்ச

உன்ன புடிச்சு வம்பிழுக்கத் தோணும்
சும்மா கதையை விட்டுடுவ நானும்
பேச இங்க வார்த்தை இல்லை
பேசும் போது முடிவது இல்லை
காதல் மோதல் உறவா இங்கு
அதுக்கும் மேல உயர்ந்தது பங்கு
நட்பப்பத்தி அறியாம திரிஞ்ச
நனவா கனவா
உன்தோளில் சாஞ்ச
நீ என்ன புது உறவா
என்றும் மறவா வரவா
நீ வா...
அழைப்பிதழ் அடித்தாலும் அதில் நட்பு என்று
உன் பெயர் நான் சேர்க்கவா
ஒட்டிக் கொள்ளா உறவா இங்கு
தட்டிக்கொள்ளும் பாசம் பங்கு

7. உணராமல் உந்தன் தோள்கள்

உந்தன் தோள்கள் உதறிப் போவதில்
வருத்தமில்லை எனக்கு
உந்தன் தோள்கள் உணராமல் போகும் போது
ஏன் இந்தப் பிணக்கு

8. அகந்தை

EGO = அகந்தை
உந்தன் அகந்தை
நான் தான் என்ற ஆணவத்தில் அலைய
தெரியாமல் தீண்டியவர்களைக் கூட
சீண்டி சீண்டி
மண்டிப்போட வைக்க நினைப்பது
நீயாநானா என்ற போட்டிக்குள்
பெட்டிப் பாம்பாய் அடக்க நினைப்பது
கட்டிப் புரண்டு பழகிய நட்பு கூட
சுண்டு விரல் பட்டு
முட்டிக் கொள்ளும் காலத்தில்
பழகியதை மறந்துவிட்டோம்
பழிமட்டும் எனதில்லை
என்ற விவாதத்தில்
தவறு செய்தவனிடம் தான் அகந்தை என்றால்
அதை மன்னிக்கமறுக்க நினைக்கும்
உன்னிடம் இருப்பது அதே அகந்தை
கேட்டால் தருவேன் என்றால்
அவன் மன்னிப்புக் கேட்டே ஆகவேண்டும்
என நினைக்கும்
உன் பிடிவாதத்தின் பெயரென்ன

9. உணர்வுகள் காதலை மட்டும்தான் பிரதிபலிக்குமா

உன் தோள்கள் உதறிப் போகிறது
என்பதை விட
உன் தோள்கள் உணராமல் போகிறது
என்பதில்தான் வலிகள்

மாறிமாறி சாய்ந்துக் கொள்ளும் தோள்கள்
பாதை மாறியா போய்விடும்
ஏதோ நாய்கள் ஏவிவிடும்
சொற்களில் தான்
உந்தன் தோள்கள்
இன்று பாரமாக நினைத்துத் தட்டி விட்டதோ

உணர்வுகள் காதலை மட்டும்தான் பிரதிபலிக்குமா
காதலைத் தவிர வேறு இடங்களில் இருக்கும் பாசம்
பார்ப்போர் கண்களை அரிக்குமா

என்னைத் தட்டித் தேற்றிவிட
உன்னை விட்டால் வேறு யார்..?

10.

பிரியாதப் பிரியம் யாவும்....
பிரியும் போது புரிந்து நோகும்....

11.

எதைப்பேச வேண்டும் தயக்கம் இருக்கக் கூடாது

எல்லோரிடமும் எல்லாவற்றையும் பேச முடியாது
ஆனால் குறிப்பாகச் சிலரிடம் பேசும் போது
எதைப்பேச வேண்டும்
என்ற தயக்கமே இருக்கக் கூடாது

ஏன்
அவர்களைப் பிடிக்கும் என்பதற்காக மட்டும் அல்ல
அதையும் தாண்டிய சொல்லிட இயலா
உணர்வு

12. காலதாமதம், நம் அறிமுகம்

காலதாமதம், நம் அறிமுகம்
நீயார்? நான் யார்? என்ற அறிமுகமே
நமக்கு அதிகமானது
நம் கருத்துகள் முற்றிலும் வேறுபாடு நிறைந்தது
உலக அதிசயங்கள் எப்படியோ
அப்படியே சில கருத்துகள்
நமக்குள் ஒன்றுபட்டு நிற்கிறது

13. உந்தன் தோள் நான் சாயத்தானே

எல்லோர் பார்வைக்கும் காதலாகத் தெரிகிறது
ஏன்?
என் எழுத்திலும் அதே காதல் வசீகரமாம்

உறவுகளில் கற்பனைகளில் கலவாத
உணர்வுகளில் உறைந்து கிடக்கும் உயிரே
நட்பே
உந்தன் தோள் நான் சாயத்தானே
யார் என்ன பேசட்டும்
சொல்வாள் கொண்டு வீசட்டும்
நான் சாயும் போது
என்னைத் தாங்கியத் தோள்களை
எப்பெயர் கொண்டும் அழைக்கட்டும்
அவப்பெயர் இல்லா பிணைப்பில்
பிரியாமல் பயணிப்போம்
எல்லை கொண்ட பயணம் வேண்டாம்
விதிமுறை கொண்ட நகர்வு வேண்டாம்

14.

பயணம் முடியும் வரை
ஏக்கத்துடனே இருக்கிறது
சன்னலோர இருக்கை

15. ஒரு குட்டிக்கதை

அவள் என்னுயிர்த் தோழி
எப்போது இருந்து தெரியுமா
ஆனா, ஆவனா அறியும் முன்னே
அவளும் நானும் அறிந்திருந்தோம்
எதுவும் எங்கள் இருவருக்குள் மறைக்கப்பட்டதில்லை
அவளுக்கும் எனக்குமான உறவை ஒரு சில வரியில்
சொல்லமுடியாது
ஆனாலும் சொல்கிறேன்
என் மனமானது அவளுக்குக் கடவுச் சொல் ஏதுமின்றித்
திறக்கப்படக் கூடியது
என்னுள் உள்ள எதுவாயினும் அவள் அறிந்ததே
அவளும் அப்படித்தான்

என் காதலி
இரண்டாண்டு காலம் காதலிக்கிறோம் சரியாகத்
தெரியவில்லை
ஆனால் காதலிக்கத் தொடங்கி இருந்தோம்
காதல் சொற்களைத் தவிர வேறு எதுவும்
எங்கள் இருவருக்குமிடையே பரிமாறப் படவில்லை
வேலையில்லாமல் வெட்டியாகச் சுற்றித் திரிந்தேன்
அவளைக் காதலிப்பதே வேலையாக வைத்திருந்தேன்
இதுவரை என் காதலி ஏன் எதற்கு இப்படி இருக்கிறாய்
என எதுவும் கேட்டதே இல்லை
எங்களுக்குள் காதல் மட்டுமே உலாவித் திரிந்தது

நீண்ட நாளுக்குப் பிறகு
என் தோழி நான் என் காதலி
உணவு அருந்தச் சென்றோம்
அப்போது என் தோழி
ஏன்டா வெட்டியா இருக்க
பொறுப்பே இல்லையா
உன் அப்பா அம்மா எவ்வளவு கஷ்டப்படுறாங்க
எனத் திட்டினாள்

இதைக் கேட்ட என் காதலி கடுப்பாகி கத்தினாள்
ஏன்டா உனக்கு சூடுச் சொரணையே இல்லை
வேலைக்குலாம் போவ மாட்டியா நாயே
என கத்தினாள்

இது வரை தேவையில்லாதது என் காதலிக்கும் முன்பே
தெரிந்தது தான்
இன்று மட்டும் பொறுப்பு வந்தவள் போல்
பேசிவிட்டாள்

என் தோழி கண்ணைக் கசக்கிக் கொண்டே நகர்ந்தாள்
உன்னைப் பற்றிப் பேசக் கூட உரிமையில்லையா
என தேம்பி கொண்டு...
என் தோழி உடல் நலமும் மன நலமும் அறியாதவள்..
என் காதலி

என் தோழி கண்களில் கசிந்த கண்ணீர்
என் குருதி வழிந்தோடுவது போல்
அவளைத் துரத்திக் கொண்டே ஓடின...
அவள் என் தோழி....

16. பேசிவிட்டால் போதும்

பேச ஒன்றுமில்லை
ஆனால் பேசிவிட்டால் போதும்
இது எதிர்பார்ப்புகள் இல்லை
உறவுகள் இல்லை
உணர்வுகள்

17. எப்போதும் சிதையாது

அது வெறும் நட்புதானே
என்று கூறாதீர்கள்

ஏன் பேசவில்லை என்று எதிர்பார்ப்பு
கேட்பது சண்டையிடுவது
நட்பிலும் உண்டு...
அவர்களோடு சேர்ந்து எடுத்த புகைப்படம் ஞாபகம்
வரும்போது
வாட்ஸ்அப் வால்பேப்பரில் வந்துவிடும்...
இது எல்லாம் நட்பில்லை காதல் என்றால்
காதல்தான்
உடன் பிறப்புகள் என்றால்,
ஆமாம்

நாங்கள் பயணிக்கிறோம் நண்பர்களாக
உங்கள் தடங்கல்
எங்கள் பயணப் பாதையை எப்போதும் சிதைக்காது

18. காஃபி

சொட்டச் சொட்ட நனைந்த மழையில்
சுடச் சுட உதடு கேட்கும் முத்தம்
காஃபி

19. காலம் கடந்தப்பின் கண்டுக்கொள்கிறோம்

சரியான நபர்களைச் சந்திக்க நேரும்
ஆனால்
சரியான நேரத்தில் சந்திக்க நேருவதில்லை
காலம் கடந்தப்பின் தான் கண்டுகொள்கிறோம்..

20. நம் சினேகம்

திட்டிக் கொள்ளும்
முட்டிக் கொள்ளும்
கேலி பல பேசும்
ஆயினும் மனம் வீசும்,
யாரிடமும் விட்டுத் கொடுக்கா துணைக்கொள்ளும்
எதிரி எதிர் வரின் இணை வெல்லும்
நம் சினேகம்
இதற்குள் இருக்காது ஒரு போதும் துரோகம்

21.

மனம் போதும் என்பதில் நில்லாது
போகப் போகவே
ஆசை ஒருபோதும் அடங்காது

22. உடனே தொலைந்து போகத்தான் ஏன் இந்தக் கோபம்

நீ யாரோவாகப் பேசும் போதெல்லாம்
என்னை என்னால் மீட்டெடுக்க முடியவில்லை
கோபங்கள் கொண்டு
சண்டைகள் செய்ய
எண்ணங்கள் உண்டு
அந்த எண்ணங்கள் எங்கே என்றுதான்
தேடுகிறேன்
உடனே தொலைந்து போகத்தான்
ஏன் இந்தக் கோபம்

உந்திச்செல்

1. கவலையும் கலைப்பும்

கவலையும் கலைப்பும்
கனவுக்குத் தடங்கலாகுமா
தடம் பதிக்க ஓடுபவனின்
ஓடுபாதை கல்லென முள்ளென
எல்லாம் கடந்து ஓடும் கால்கள்...

2. ஒவ்வொரு விடியலும்

ஒவ்வொரு விடியலும்
வாழ்வின் ரகசியத் திறவுகோல்
காலை தேநீர் கோப்பையை முத்தமிடும் போதே
சொட்டுச் சொட்டாகச் சொட்டிக் கொண்டிருந்தது
இன்றைய பொழுதின் கற்பனைத் துளிகள்

3. தைரியமுடன் எதையும் செய்

தான் என்ற கர்வத்தை
உனக்குள்வை
தைரியமுடன் எதையும் செய்
மனதிற்குச் சரியென்பது ஒருபோதும் சரியாது

4. இல்லை என்பதில் வாழ்வு இருக்கிறது

ஏன் பிறந்தோம் என்று
நினைக்காதவன் இல்லை
வாழ்வு என்னவாகும்
என்று யோசிக்காதவன் இல்லை

அடுத்து என்ன பண்ணலாம்
என்று எண்ணாதவன் இல்லை

இந்த இல்லை என்பதைத் தேடிப்பிடிப்பதில் தான்
வாழ்வு இருக்கிறது

5. தவறு என் மீதா..? என் புரிதல் மீதா...?

நான் வெறுத்து ஒதுக்கும் மனிதனாக
என்னுள் புலப்பட்ட ஒருவர்
என்னையும் என் சிந்தையும்
ஆட்கொள்ளும் பட்சத்தில்
தவறு என் மீதா..?
என் புரிதல் மீதா...? ஒன்று புரிகிறது
இங்கு வெறுத்து ஒதுக்க யாருமில்லை
அவர்கள் சிந்தனைக்குள் ஊட மறுக்கிறோம்
ஊடும்போது புரிந்து கொள்கிறோம்

6. சதுரங்கம்

ராணிதான் மையப்பாதை வகுக்கும்
ராணி தலை சாய்ந்தால்
ராஜ்யமே சாய்ந்துவிடாது
சிப்பாய்கள் கொண்டே சிகரம் மோதுவோம்
படைபலம் பயம் தரும்
சிப்பாயும் சிகரம் தொடும்

7. மாறும் உலகில்

குழப்பம் இல்லையெனில்
மனத்தெளிவு பிறக்காது
குறை இல்லையெனில்
மனதில் நிறை உருபெறாது
தவறு இல்லையெனில்
மனிதன் திருந்த வாய்ப்பேது
தீமை இல்லையெனில்
நன்மைக்கு பிறப்பேது
இரவு இல்லையெனில்
நிலவுக்கு சிறப்பேது
மனிதனே மாற்றம் இல்லையெனில்
மாறும் உலகில்
வாழ்வதற்குப் பயனேது

8. *CHECK MATE*

வீழ்த்துவதற்காகப் போரிடாதே
வாழ்வதற்காகப் போரிடு
வீழ்த்த நினைப்பவன் தானே வீழ்வான்
உன் எல்லைக் கோட்டுக்குள் ஒருவனை வெட்டினால்
வெட்டுண்டவனுக்குத் துணையாக
அவனும் வெளியேற வேண்டும்

ஒரு போதும் குறிவைக்காதே
குறிவைப்பவனுக்குப் பொறி வை

9. அனைவரோடும் உரையாடு

அறிவாளி அறியாததை
அனுபவசாலி அறிவான்
படித்தவன் சொல்லாததைப்
பட்டவன் சொல்வான்
ஒரு விடயத்தில்
ஆயிரம் கருத்துகளை அலசு
அதில் உருவாகும் உனதுகருத்தே பெருசு
பார்ப்பதையெல்லாம் படி
படித்ததில் பகுத்தறிவை மட்டும் எடு
பயனற்றதைத் தூக்கி எறிந்து விடு

10. ஓய்ந்து நீ நிற்காதே

வழியின்றி
விழி பிதுங்கி நின்றாலும்
தளராதே
ஏதோ ஒன்று எனவும்
நீ நகராதே
நில் நிதானி
செல் எதுவெனத் தேர்ந்து
இதற்கா இவ்வளவு என்று
எதற்கும் கேள்வி எழலாம்
விழும் காலமும் வரலாம்
ஒன்றை நினைவில் கொள்
கற்றது கைவிடாது
கற்றதைக் கைப்பிடித்து எழு
மற்றதை அது பார்க்கும்...
மீண்டும் நீ பிறக்க போவதில்லை
உறுதிகொள்
இது உனக்கான வாழ்க்கை
நீ விழ யார் வேண்டுமானாலும் காரணம் ஆகலாம்
ஆனால்
நீ எழ நீ மட்டுமே காரணமாக முடியும்
நீ என்பது நீ மட்டுமல்ல..
உனக்கானவர்களும் தான்
உன் வாழ்வின் பாதி கழிந்தது
இருக்கும் மீதியும் எப்படிப் போகும்
எனும் சிந்தைக்குள் சிக்காதே
ஓய்ந்து ஒருபோதும் நிற்காதே
ஓய்ந்து நின்றால் தேய்ந்து போவோம்
இதை நீ மறக்காதே

11. மற்றவர்கள் பார்வை விடுத்து

சிறுபிள்ளைத் தனமாகத் தைரியம் பெருக்கு
தோன்றியதைச் செய்யத் தடங்கல் எதற்கு
வாழ்வை நீ நடத்து
மற்றவர்கள் பார்வை விடுத்து
மற்றவர்கள் பார்வை விடுத்து

12. கண்டெடுக்கும் வரை மதிக்கப்படுவதில்லை

நல்லவனாக இருந்தால்
இந்த உலகம் மதிக்காது என்பதெல்லாம் பொய்...!
மதிக்கப்படும் இடத்தில் நீ இல்லை என்பதே மெய்..!
மதிப்புள்ள பொருட்கள் எல்லாம்
கண்டெடுக்கும் வரை மதிக்கப்படுவதில்லை
கண்டெடுக்கப்பட்டால் மதிப்பு குறைவதில்லை

13. பல மனித பிம்பங்கள் காண்பாய்

மனிதர்கள் கற்றுக் கொடுத்த அனுபவமே
புத்தகங்களாக உருவெடுக்கின்றன...
ஒரு புத்தகம் புரட்டு
பல மனித பிம்பங்கள் காண்பாய்

14. சில்லறைக்கும் மதிப்புண்டு

பெரிதாக எதையும் செய்ய வேண்டாம்
சிறியதாக நீ செய்யும் ஒன்று
எவ்வளவு பெரியதையும் அசைக்கும்
சில்லறைத்தனமாக நினைக்கிறார்கள்
என்று கவலைப் படக்கூடாது
சில்லறைக்கும் மதிப்புண்டு

15. எண்ணும் எண்ணம்

நமக்குள் இருக்கும்
சொல்ல இயலாத பிரச்சினைகளின் இயலாமைதான்
எதிரில் உள்ளவர்கள் மீது பிரதிபலிக்கிறது
அதன் எதிர்வினை தான்
நம்மைப் பக்குவப் படுத்திச் சமநிலை அடையச்
செய்கிறது
நம்மனம் சமநிலை அடைய
சலனம் நீங்க
யாரோ ஒருவர் மனம் புண் பட்டுப் போகிறது

இதுதான் மனிதத் தன்மையோ
தன்னைத் தானே உயர்ந்தவன் என்று
எண்ணும் எண்ணம் தான்
தன்னைத் தானே தாழ்த்தி விடுகிறது

16. அழகு

அழகு
மென்மை தான் பெண்மைத் தனம்
என்பதற்கு முரணான திமிரழகு
ஆணுக்கு எதிரே அல்ல நிகரே
ஓங்கும் உன் குரலழகு
எதார்த்தமான பேச்சழகு
பேச்சுடைக்கும் தெளிவழகு
தெளிவிலும் சிறு நெளிவழகு
நெளிவிலும் சிறுகுறும் பழகு
குறும்பிலும் குளறுபடி கோபமழகு
கோபத்திலும் மௌனமழகு
மௌனத்திலும் மௌனமாக விலகும் செயலழகு
செயலிலும் வெளிப்படையானதழகு
வெளிப்படையிலும்
உன் மனப் போர்ப்படை மறைப்பதழகு
மறைந்தாலும் மறைந்திருக்காத வெற்றியழகு
வெற்றிக்கு உன் உழைப்பழகு
இதையே நீ பழகு

17. பிரிந்து சென்ற காதலின் எதிர்பார்ப்பு

அவளுக்கு மாலை
இவனுக்கு வேலை

18. சில்லறை பையன்

காலப் பயணம்
என் வாழ்க்கை நகர்வில்
வழுக்கி விழுந்த வசந்தகாலம்
கடந்து வந்தாலும்
ஏதோ ஒன்று அதே நினைவுகளை ஞாபகம் செய்து
தள்ளிவிடும் போது
உள்ளம் தள்ளாடி உலவுகிறது
இவன் கில்லாடி என்ற காலமது
இப்போ வயதோடிப் போனாலும்
முகமதில் கருந்தாடி முளைத்தாலும்
அன்று
பக்குவம் அடைந்தவன் போல் போலி நாடகம் செய்த
என்னை நானே நினைவில் கண்டு நகைக்கிறேன்

பக்குவம் என்பது
மனிதனைத் தரம்தான் உயர்த்துமே தவிர
எதையும் தந்து விடாது
விட்டு வந்த அன்றைய ஆசைகளை
இன்று நிறைவேற்ற நினைத்தால்
சில்லறப் பையன் எனும் கேலிக்கூத்து

19. *Face the reality*

எதார்த்தத்தை எதிர் கொள்ளுங்கள்
என்னவாக இருந்தாலும்
எதுவாக இருந்தாலும்

ஆனால் மனதின் ஓரத்தில்
ஓர் அலை ஓயாமல் அடித்துக் கொண்டிருக்கும்
அந்த யதார்த்தில் ஏதேனும்
அதிசயம் நிகழாதோ
ஆம் அவளுக்குக் கல்யாணமாம்
வாயார வாழ்த்து சொன்னாலும்
மனதின் ஓரத்தில் ஓர் எண்ணம்
கால பயண கடிகாரம் போல் நமக்கு ஏதேனும்
கிடைக்காதா
கடைசி நொடியாவது கைகோர்த்திட மாட்டேனா
என எவ்வளவு எண்ணங்கள்
தோன்றுகிறது
அவ்வெண்ணங்களைக் கொன்று யதார்த்தத்தை
எதிர்கொள்ளுங்கள்...

20.

பயணப்பை அறுந்தாலும் பயணம் தொடர்கிறது
வாழ்வின் இன்னலைத் கடந்தாலே வாழ்வு ஒளிர்கிறது

21. நம்பிக்கையின் பாதையில்

இன்று மாறும்
நாளை மாறும்
என்று ஓடும் வாழ்க்கை
சிலநேரம் நிலைமாறித் தடுமாறும்
தடுமாற்றங்கள் இல்லையெனில்
தவறுகள் புரிவதில்லை
தடுமாற்றம் தரும் அனுபவங்களை
யாரும் கற்றுத் தருவதில்லை
தடுமாற்றங்களில் தன்னம்பிக்கையோடு, எழுந்தவன்
வாழ்விலே வெற்றிதரும்
நம்பிக்கையின் பாதையில் செல்வான்
உன் கனவை நினைவில்வை
கனவுக்குச் சூழலோ வயதோ தடையாகாது

22. ஓயாது உழை

எதிர்வரும் காயங்களைக் கண்டால்
எதற்கு நீ முன்வருவாய்
எது வரினும்,
எதிரியே முன்வரினும்
நிக்காது முன்னேறு
ஓயாது உழை

23. வெறும் கவிதை தானே

கரு உருவாவதற்கு நிகரே
சிந்தனை வரியாவது
இன்பம் துன்பம் கலந்து இணைந்த உயிர்களின்
உருவான உயிராகவே
சிந்தனை ஒன்று வரியாகும்
பிரசவிக்கத் தவிக்கும் ஒரு தனிப்பெரும் சிந்தனை
எத்தனை நாள் உறக்கத்தைப் பறிக்கும்
பறிபோன உறக்க மெல்லாம்
சிந்தனை இன்பக்கடலில் நீந்த தானே
இது வெறும் கவிதை தானே
என்பவர்களுக்கு என்ன புரியும்

24. நினைப்பதைத் தேடி அனுபவம்

நிச்சயம் வாழ்க்கை ஒரு எதார்த்தம்
நினைப்பது இங்கு நிகழாது
நிகழ்வதை ஏற்று நகர்வது
நினைப்பதைத் தேடிக் கிடைத்த அனுபவமது
நினைப்பது எதுவும் கிடைப்பதில்லை
நினைப்பதை நிகழ்த்தும் முயற்சியதில்
கிடைக்கும் அனுபவம் கொஞ்சமில்லை

25. சூதாட்டம்

உழைப்பிலா பணம் ஒருபோதும் நிலைக்காதே
எதன் மீதும் வீண் பந்தயம் கட்டாதே
ஏமாற்றுவோர் இவ்வுலகில் வெகுசிலர் உண்டு - அதில்
ஏமாந்து அழிவோர் இவ்வுலகில் பலருண்டு
ஏமாந்த பின்னே நீ வெகுண்டு எழு – அதில்
பயனொன்றுமில்லை நொந்து அழு
நீதி ஞாயங்கள் பணம் பக்கம் நிற்கும்
நியாயம் உன்பக்கம் இருந்தும் வெட்கும்
என்ன செய்வாய்
நீ முன்னே யோசனை செய்வாய்

26. எல்லோருக்கும் எல்லாருடைய மதிப்பும் தெரியாது

எல்லோருக்கும் எல்லாருடைய மதிப்பும் தெரியாது

சில்லறை என்றார்கள்
சிதற அடித்தார்கள்
பிச்சைக்காரர்களுக்கும் கோவில் உண்டியலுக்கும்
மட்டுமே
சில்லறையின் பயணங்கள் இருந்தது
மதிப்பற்றவர்கள் சில்லறை எனச் சீண்டினார்கள்
மதிப்புள்ளவர்களிடமே சில்லறைக்கும் மதிப்புண்டு

27. மனிதா மதி எங்கே சென்றது

எல்லாமே விதி என்றால்
மனிதா மதி எங்கே சென்றது
சதி செய்யும் கூட்டத்தை
விதி என் செய்யும்
மதி படைத்த மனிதா
எல்லாம் விதி எனப் போவானேன்...

28. அனுபவமே புத்தகம்

மனிதர்கள் கற்றுக் கொடுத்த அனுபவமே
புத்தகங்களாக உருவெடுக்கின்றன...
ஒரு புத்தகம் புரட்டு
பல மனித பிம்பங்கள் காண்பாய்

29. உனக்கானதைச் செய் தயங்காதே

வாழ வழியில்லை என்றால்
செத்தா போக முடியும் வாழ்...
உனக்கானதைச் செய் தயங்காதே
நடப்பது நடக்கட்டும் விடியல் பிறக்கட்டும்,
இல்லையெனில் இரவில் நடை போடுவோம்

30. நீரஜ் சோப்ரா

திட்டம் தீட்டி
வீசிய ஈட்டி
தங்கம் வென்று காட்டி
உதயமானான் புது வழிகாட்டி

31. எழும் இடமே போர்க்களம்

எழும் வரை வார்த்தைகள் தேடு
எழுந்துவிட்டால் எழ வார்த்தைகள் கொடு
விழும் பாதைகள் ஏராளம் விழுந்துவிட்டால்
எழும் இடமே போர்க்களம் எழு..

32. மிளிர்கையில் அழகாகத் தான் இருக்கும்

நொடியில் நெடியேறும் மிளாகாய் போலே இருக்காதே
மிளகாய் கூட மிளிர்கையில் அழகாகத்தான் இருக்கும்
கையாள்வதில் கவனம் கொள்

காரமும் நா ருசிக்கும் சுவைதான்
அளவோடு இருந்தால்

33. தமிழ்த் தொண்டு

என்னாதி கவியில் பிழையுண்டு
கற்கப் பிறந்த தெளிவுண்டு- இன்று
நூற்கப் பிறந்த நுட்பமுண்டு
மிதக்கப் பறக்கும் கற்பனை உண்டு
தேனுண்டு தெவிட்டவிடா எண்ணமுண்டு
அதனால் செய்ய ஆசை, தமிழ்த் தொண்டு

34. உனக்கானதைச் செய் தயங்காதே

வாழ வழியில்லை என்றால்
செத்தா போக முடியும் வாழ்...
உனக்கானதைச் செய் தயங்காதே
நடப்பது நடக்கட்டும் விடியல் பிறக்கட்டும்,
இல்லையெனில் இரவில் நடை போடுவோம்

35. சோம்பல் கலைத்து நகர்வோம்

விழிக்கும் சூரியன்
விழட்டும் உன் மேல்
விழிக்கும் உன் விழிகள் கூசட்டும் அதனால்
கை மறைத்துக் காண்போம். அதனை
சோம்பல் கலைத்து நகர்வோம் அதனால்

36. எல்லாம் ஏற்றால் வாழ்வில் மகிழ்ச்சி மட்டும்

வாழ்வைத் தேடி ஓடும் எண்ணம்
அது
பிரிவின் நினைவில் வருந்தும் திண்ணம்
ஒன்று இழந்தால் ஒன்று கிட்டும்
எல்லாம் ஏற்றால் வாழ்வில் மகிழ்ச்சி மட்டும்

37. நிதானம்

அயோக்கியர்களை அவர்கள் போக்கிலே விட்டு
அழிக்கும் ஆயுதம் **நிதானம்**

38.

இலக்கு மையம் கொண்டால்
இலைகள் உதிர்வதைக் கூட கண்டு கொள்ளாமல்
நகரவேண்டும்
இலைகள் கூட இலக்கை இடிக்கும் இடிதான்

39.

பண்படா வாழ்க்கை
புண் பட்ட போது
தென்பட்ட தெளிவு
தேன் பட்ட நா போல்

40.

பறக்க தூக்கி விட்டவர்களை
தூக்கி பறக்க வேண்டாம்
தூக்கி எறியாமல் செல்லுங்கள்

பிறந்தநாள் வாழ்த்துகள்

1.

துன்பம் பல கடந்தவரே
துவளாது உமது வாழ்வில் உயர்ந்தவரே
நற்பணி பல செய்தவரே
நானிலம் போற்றும் மானிடரே
இளைஞர்களின் ஒளிச்சுடரே
வாடாத பனிமலரே

வான்மழையென வாழ்த்துகளைத் தூவி
விஞ்சும் புகழோடும்
மிஞ்சும் வளமோடும்
நீண்ட ஆயுளோடும்
நீங்கா கருணையோடும்
வாழ்க பல்லாண்டுயென
என் வாழ்த்துகள்

2. அமுதத் தென்றல்

அமுதத் தென்றல் அவர் பெயராய்
அமுதும் அவரது அன்பும் சரிநிகராய்
தென்றல் வரும் மழைக்குளிராய்
அவர் அன்போ பெருங்குடையாய்
அவரோ எங்களுக்கு குரு முனியாய்
தருவார் எங்களுக்கு ஞான ஒளியாய்
எங்கள் எல்லோருக்குள்ளும் முரணிருக்கும்
அவருடன் எல்லோர் முரணும் முறிந்திருக்கும்
அவர் பேச்சிலே தெளிவிருக்கும்
அவர் பேச்சைக் கேட்டால் மனமெல்லாம்
மகிழ்ந்திருக்கும்
சில நேரம் இருக்கும் கோபம்
அது எக்ஸ்பிரஸ் ரயில் போல வேகமாகப் போகும்
ராக்கெட் உயர உயரப் பறக்கும் புதுசாதனை
படைக்கும்
உங்க நட்பும் அப்படித்தான் இருக்கும்,
பேசனா புது சிந்தனை துளிர்க்கும்
இன்னுமே புரியல நீங்கயாரு
ஓவியனா, கவிஞனா
இல்லை இதுவரை காணாத அறிஞனா
தத்துவம் பேசுறீங்க தப்புனா டப்புனு உரைக்கிறீங்க
வாழ்த்துக்கள் சொல்ல இந்தக் கவிதை
ஆண்டுகள் பல கடந்த சாதனைகளாக
வாழ்வு இருக்கட்டும்
பாவைகள் உந்தன் இருபுறமும்
கவரி வீசட்டும்
கொட்டும் மழைத் துளிகளிகளாய் உங்கள் ஆயுள்
நீளட்டும்

3. *Beauty* நிலவே

கணினி மொழியே
புது *program* விழியே
Today tha ne launch
Update 1 age
Coding உருவே
Beauty நிலவே
இணையமே உலகை ஆளும்
அதன் *update pola* உலகாளும் உன்னாயுள் நீளும்

4. கணித காட்டேரியே

வானில் நழுவிய மலரே
மண்ணில் உதித்த பெண் சுடரே
படிப்பின் ராட்சசியே
புத்தகப் புழுவே
கணித காட்டேரியே
வித்தக விளக்கே
தன்னம்பிக்கைப் போர்வாளே
நட்பின் அறமே

எண்கள் நீண்டால் முடிவிலி
என முடித்துப் போகிறோம்
முடிவில்லாமல் போகட்டும் வாழ்க்கை என்றே
உன்னை வாழ்த்தி கூறுகிறோம்

பொன்னியின் செல்வன்

1. வானதி

வானதி
வடிவில் வான் ரதி
சொல்கிறாள் அருள்மொழிக்குக் கண் மொழியால்
காதல் செய்தி
யானைப் பாகனாக உன்னைக் கண்ட நாள் முதலே – நீ
வீணை மீட்டும் நரம்புகளாக ஒலிக்கிறேன்
மன்னவன் என்று மணிமகுடம் தரிக்கும் முன்னே
என்னவன் யானைப் பாகனாகவே என்னுள் நீ
பூங்குழலி கடலரசி
என்ன வலை வீசினாள்
செல்வனே எனக்கு சிம்மாசனம் உன் மனம்
வேணாம் என்று சொல்லாதே ஒரு கணம்
நாளை விடியாது என் தினம்
நான் அறிவேன் உன் குணம்
சோழ நாடெங்கும் உன் கருணை மணம்
அறிவாயோ என்னுயிரே,
உனக்கே நான் சமர்ப்பணம்

2. நந்தினி *PS*

பெயரோ நந்தினி
பழுவூருக்கு இளையராணி
கரிகாலனுக்கு இவளே மேதினி
இவள் கண்பொறி எல்லோரும் சிக்கும் கன்னிப் பொறி
இவள் கண்ணே பெரும் போர்வாள்
யாரை வீழ்த்த எடுத்தாளோ
பூ கையில் ஒருவாள்
குந்தவையும் குந்தி பார்ப்பாள்
இவளழகைக் கண்டு சொக்கிப் போவாள்
வந்தியத் தேவனுக்குக் கொடுத்தாள் அடையாள
மோதிரம்
இளையராணி செய்வாள் பெரும் தந்திரம்

இளையராணி பெரும் புதிராகத்தான்
கரிகாலனும் அவளால் தான் அவளால் தான்
என்றே அலைந்தான் பித்தனாகத்தான்
இளையபிராட்டிக்கு இவள் பிசாசாகத்தான்
மந்தாகினி மரு உருவமாகத்தான்
பெண்ணுக்குள்ளே இவள் தனிரகமாகத்தான்

3. *PS* வந்தியத்தேவன்

சோழவம்சத்தைத் தாங்கிய தூண்
PS வந்தியத்தேவன்

வானர் குலத்தவன்
கரிகாலனுக்கு நண்பன்
நண்பனுக்காக
ஓலையோடு புரவி ஏறியவன்
வாளோடு வந்தவன் இவன்
காணும் பெண்களின் இதயக் கள்வன்
முடி சூடா மன்னனிவன்
சோழன் மணி முடிசூடக் காரணம் இவன்
குந்தவையிடம் கொடுத்தான் அண்ணனது ஓலை
குந்தவை கழுத்திலிட்டான் முல்லை மாலை
இவனுக்கு எல்லை இல்லை
இவனிருந்த எல்லைக்குத் தொல்லை இல்லை

சமூகம்

1. அரிவாள் ஏந்துங்கள்

ஆண்ட்ராய்டு ஏந்தும் பெண்களே
அரிவாள் ஏந்துங்கள்
சபியாபோல் இனி எதுவும் நிகழாமலிருக்க

2. எட்டிப் பார்க்காவிடில் என்ன மீதி இருக்கும்

உடைத்துப் பேச நினைத்தால்
உடைந்துப் போகும் உறவு
வார்த்தையில்
சிறு முடிச்சு போட்டு விடு அவிழ்க்கும் போது
அதை அவர்கள் உணரட்டும்
நான் என்ன தவறு செய்தேன் என நினைப்பதே
உன் தவறு,
விளை நிலத்தில் விதையிட்டு வீட்டில் அமர்
வந்து போகும் எலி தினம் தின்று கொழுக்கட்டும்
பறவை பட்டாளம் வந்து அமரட்டும்
அறுவடைக்கு வா...
எட்டிப் பார்க்காவிடில் என்ன மீதி இருக்கும்
எட்டி பார்க்கா விடில் எதுவும் நிலைத்திருக்காது
உறவும் அப்படித்தான்
நீ வந்து போகாவிடில் எலியும் பறவையும் உண்டு
போகும்

3. மழைக்காலத் துவக்கம்

நினைவில் இன்று
எலி நுழைந்த ஓட்டை வழியே
கூரையில் சொட்டும் மழை நீருக்கு
வரிசை கட்டி நிற்கும் பாத்திரம்
ஏதோ ஒரு மூலையில் மழைத்துளி படாமல்
உட்கார்ந்து உறங்க கிடைத்த இடம்
சாணி மொழுகிய தரை
ஞானி போல் கதை சொல்லும் அம்மா
கதை நடுவே
பூட்டிய கதவின் ஓர சந்துகளில்
பழைய துணிகளை அடைக்கச் சொல்வாள்....
இன்று சொட்டும் மழைத்துளியில்
சுரக்கும் நினைவு

4. செய்தித் தாளின் மறுபக்க வாசிப்பு

தேநீரும் கசந்து போகக்
கொடுத்த காசுக்கு மீதி கேட்க
நானும் மறந்து போக
அழைத்து அவர் கொடுக்க,

கசந்து தேநீரோடு, கடந்து போகட்டும்
அந்த செய்தித் தாளின் மறுபக்க வாசிப்பு

5. கடவுள்யார்...?

கடவுள்யார்...?
யாரை முழு நம்பிக்கை யுணர்வுடன்
நாம் நேசிக்கிறோமோ அவர்களே கடவுள்

தாய், தந்தைக்குப் பிள்ளை கடவுள்
பிள்ளைகளுக்குப் பெற்றோர் கடவுள்
என்னிலை உணரும் என் நண்பன் தினம்
சந்திக்கும் நல் மனிதர்
காதல், உறவுகள்,

ஒரு வேளை கற்சிலைகள் உருவெடுத்தாலும்
இறைவன் என நம்மிடம் வாதிட்டாலும்
இவர்களை விட்டுத் தரமாட்டோம்

6. கொஞ்சுவதற்குத்தான் ஏக்கம்

குழந்தையை ஏந்த நீளும் கைகளிடம்
காரணம் கூறித் தரமறுப்பது
தாய்மை குணமா
அப்பெரியோர்கள் ஆசைகள் ஆராய
உன் மனம் எண்ணுமா

7. ஆள் சேர்க்கும் கோமாளிகள்

ஆசையும் தேவையும் அதிகம்
எனவே தேடலும் அதிகம்
இவைதான் ஆள் சேர்க்கும் கோமாளிகளுக்கு ஆயுதம்
எதுவும் அறியா ஏமாளிகள் நெஞ்சிலே அதிகம் பாயும்
விளக்கம் கேட்டால்
நேரடி விற்பனை என்று
ஞாயம் பேசுவானுங்க நின்று
என்னையும் அழைத்தார்கள் இன்று
அரங்கதிர குரல் கேட்டுமிரண்டார்கள் இன்று
இவன் யாரென்று
அரங்கமே என்னை உற்றுநோக்க
என் உரைகேட்டு கோட்டு சூட்டு போட்ட கோமாளி
திகைத்து நிற்க
என் நேரத்தை விரயம் செய்தவர்கள்
திருட்டு நோக்கத்தை நொறுக்கி வந்தேன்

8. இரவு உறக்கம்

யாரிடமும் இல்லாத பாசம்
இந்தக் கொசுக்களுக்கு
என்மீது இருக்கும் போலும்
உறங்கவிடாமல் உலாவவிடுகிறது

9. ஊடக செய்தி

எந்த நடிகையாக இருந்தாலும்
மேடையில் கால்
மீது கால் போட்டு
அமர்வது சரியல்ல

ஊடக செய்தி
ஆண் கால்மேல் கால் போட்டு அமரும் போது
ஆணுக்கு நிகராக அதே செயலைப் பெண் செய்தால்
தவறோ
காரணமாக ஆடைகளைச் சுட்டும் அதிமேதாவிகளே
உங்கள் படத்தில் அதே கவர்ச்சியில் கட்டுப்பாடு
விதிப்பதில்லை
உங்கள் விருப்பத்திற்கு அவர்கள் அல்ல, அவர்கள்
விருப்பத்திற்கே அவர்கள்

பாலின சமத்துவம் ஆணும் பெண்ணும் சரிநிகர்

10. *BOGO (BUY ONE GET ONE)*

BOGO OFFER போல (பொண்ணு + வரதட்சனை)
பொண்ணத் தேடாத
விளம்பரம் செய்து நீயும்
வியாபாரம் ஆகாத

11. ஆபாச உலகம்

எதார்த்தமான செயலில் எதிர்பாராவிதமாக
அவளது உள்ளாடை தெரிந்தது
எதார்த்தமான
என்பார்வையில் பட்டது
அதற்குள் கேலி பேச்சுப்பல விதமாக
என்பக்கம் ஒலித்தது
அப்போது இந்தச் சமூகம் என்னை
ஓங்கி அறைந்தது
காதலியோ தங்கையோ இல்லை தோழியோ
என்றிருந்தால்
அங்கு நிலமை வேற
யாரோ அவள்... ?
என்பதுதான்,
நமக்கெதற்கு என்பதுதான்

எதையும் இயல்பாக இந்தச் சமூகம் எடுத்துக்
கொள்வதில்லை
பார்வைகளை மாற்றத்தான் நம் சமூகம் பழக வேண்டும்

12.

மனம் போதும் என்பதில் நில்லாது
போகப் போகவே
ஆசை ஒருபோதும் அடங்காது

13. கல்லூரி கல்லாமை

காட்டுறவள ஆதரிக்கிற
காண்பவன எதிர்க்கிற
மாடர்ன் பொண்ணுனா அப்படிதான்
துணியா போடுறா நீ மட்டும் யோக்கியம்மாறி பேசற
நான் பாத்துட்டுச் சொல்லிடுற
நீ மனசுக்குள்ள வச்சுக்குற

கவனமின்மையால் மேலாடை
அகலும் வேலையதில் ஒட்டுத் துணி நிறமதை
கூர்ந்து நோக்கும் கூட்டம் சுற்றித்தான் திரிகிறது
அதைச் சொல்லிச் சிரிக்கும் நாக்கும் இருக்கவே
செய்கிறது
அதே ஆண்
அவனின் தாயோ தங்கையோ தமக்கையோ
அதே கோலம் காணும் போது பார்வை
கண்ணியப்படுகிறது
பிறரிடம் ஏன் அது அந்நியப்படுகிறது
யாரையோ சொல்லவில்லை
என்னையும் சேர்த்து எல்லோரையும் சொல்கிறேன்

14.

கடைவீதி பொம்மைக்காகக்
குழந்தையும் அழுகிறது
அதட்டலோடு தந்தையும் அழுகிறார்

15. நிறைவேறாத போதினிலும் ஆசைகள் ஊற்றாக ஊறும்

இளமையில் இல்லா ஆசைகளில்லை
ஆனால் என்னில் எதுவும் கை சேரவில்லை,
கண்ணெதிரே ஆசைகள் கண்டாலும்
விண் போலே நீளுது தூரம்,
கை கூடா ஆசைகளோடு
மண் மீது வாழ்வது பாரம்,
என் மீது குறை என்ன கூறும்
நிறைவேறாத போதினிலும் ஆசைகள் ஊற்றாக ஊறும்
என்ன செய்து இளமை போகும்
எப்பொழுது என்னாசை சாகும்
இப்பொழுது...!

16. இருபக்கமும் விவாதி

ஒரு பக்கக் கோரிக்கையை மட்டும் கேட்டு விட்டு
மறுபக்கம் ஞாயம் அநியாயம் எனக் கூறி விடுகிறோம்
இருபக்க விவாதிக்காமல் வழங்கும் நீதி
நீதிக்கு செய்யும் சதி
எதிர்தரப்புக்கு இழைக்கும் அநீதி

குற்றவாளியாக இருப்பினும் தன்பக்க ஞாயத்தை கூற
விடுங்கள்

17. சூழ்நிலை

எல்லோரிடமும் நட்பாகப் பழகுபவள், எனக்கு
நட்பைப் தாண்டி
சிந்தனைக்கு ஒரு தூண்டுகோள்

சகதோழன் கேள்வி
அந்தப் பெண்ணிடம் இருக்கும் இரண்டு
முலைக்காகவும்
ஒரு யோனிக்காகவும் தான் அவளிடம் மானங்கெட்டு
அவக்கிட்டத் தலை அசைக்கிறவதான்டா நீ

பதில்
ஆமாம், அது தாய்மையின் அடையாளம்
பெண்ணுக்கும் ஆணுக்குமான உரையாடல்
பலவற்றை உள்ளடக்கியது
உள்ளடக்கத்தை அறியாமல் விமர்சனம் பேசுவார்கள்
காமுகச் சிந்தனையாளர்கள்

கேள்வி
அதுக்குதான காதலிக்கிறீங்க, காதல்னாலே கடைசில
அதான

பதில்
சாக்கடையில ஓடுறதும் தண்ணீர்தான்,
காதல் காமத்தின் நோக்கம் என்றால்
வெறும் உடல் உணர்ச்சிக்கு மட்டுமே
காதல் என்றால்
மனிதனில் மிருகம் சிறந்தது

18. தத்துவம் பேசிய நண்பன்

காதலின் நோக்கம் கலவிதான் என்றான்,
நான் கேட்கிறேன்
ரோஜா மலரின் நோக்கம் என்ன
காலையிலே மாலையாக மணமக்கள் கழுத்தில்

மேடையில் அரசியல்வாதி கழுத்தில்
இறுதியாக உதிர்ந்து கொண்டே இறுதி ஊர்வலத்தில்
யாரால் எப்படிக் கையாளப்படுகிறது என்பதல்லவா
காதல்
வெறும் மோகத்தை மட்டும் கொண்டிருந்தால்
அது காதல் அல்ல

19. உணர்வு மிகுந்தால் கண்ணீர் ததும்பும்

உதாசீனம் செய்ததால் எழுந்த சினம்
எமனையும் கொன்று குவிக்கும்
உறவுகளை நாடி வரும்போதெல்லாம்
உதறிப் போனவர்கள்
உரிமை பத்திரத்தில் என் பெயரெதற்கு
செல்லாத என் கையெழுத்திட்டாலே
செல்லுமாம் உங்கள் சொத்து

20. நிலையான நேரத்தில் ஓடுபவன் யார்...?

சிலர் நேரத்தை வேகமாக நகர்த்த நினைக்கிறார்கள்
அவர்கள் நினைத்த நாளை அடைய,
சிலர் நேரத்தை மெதுவாகக் கடக்க விரும்புகிறார்கள்
அதே நேரத்தில் நிலைத்து நிற்க,
சிலர் முன்னோக்க விரும்புகிறார்கள்,
சிலர் பின்னோக்க விரும்புகிறார்கள்,
நிலையான நேரத்தில் ஓடுபவன் யார்...?

21.

கடைவீதி பொம்மைக்காகக்
குழந்தையும் அழுகிறது
அதட்டலோடு தந்தையும் அழுகிறார்

22. எச்சில் உமிழ்ந்து செல்கிறேன்

உறுப்புகளில் தான் உலக இன்பம் என்றால்
மனிதப் பிறப்புக்குக் கறுப்புக் கொடிதான்
காட்ட வேண்டும்
பெண்ணுறுப்புகளைக் கேலிகிண்டல் செய்வது
ஆண் என்றாலே அந்தக் கேலிகிண்டலை
ரசிக்க வேண்டும் என நினைப்பது
இல்லை என்றால்
ஆண்மகனே இல்லை என்று முத்திரை குத்துவது
யோனியும் முலையும் தான் பெண்ணிடம் அவசியம்
என நினைக்கும் ஆணுக்கு ,
பெண் உறவுகள் எதற்கு

உறுப்புகளைப் பற்றிய கேலிகிண்டலில்தான் ஆண்மை
என்றால்
அத்தகைய கீழ்த்தரமான ஆண்மைத்தனத்தைச்
சாலையோர மலத்தைப் போல
எச்சில் உமிழ்ந்து செல்கிறேன்

23. தன் மொழியே பிறமொழியை மதிக்கக் கற்றுத் தரும்

ஆங்கிலத்தில் பேசுவது அசத்தல் எனவும்
தமிழில் பேசுவது பண்பற்றது எனவும் கருதும்
கழுதைகளுக்குத் தெரிவதில்லை
அவனவனுக்கு அவன் மொழி உயர்ந்தது
பிரிவினை ஒன்றை வகுக்குமெனின்
அது மொழியாகாது
மொழியே பிறமொழியை மதிக்கக் கற்றுத் தரும்
அதுவே உயரிய மொழி